கனவுகள் கலைவதில்லை

கலைவாணி இராஜேந்திரன்

புக் பெஞ்சர்ஸ்

கனவுகள் கலைவதில்லை
ஆசிரியர் © கலைவாணி இராஜேந்திரன்
முதற்பதிப்பு 2021
பக்கங்கள் 114

Published by Book Benchers 2021
Copyright © KALAIVANI RAJENDRAN 2021
All Rights Reserved.

ISBN 978-93-5533-207-3

ThebookBenchers@gmail.com
Contact 9944992571

Affliateded By
Aelay Publish
www.aelaypublish.com

கனவுகள் கலைவதில்லை

மனிதனாக பிறந்த ஒவ்வொருவருக்கும் இப்பூமியில் வாழும் போது தன் வாழ்க்கையை பற்றி பல ஆசைகள் இருக்கலாம். அவ்வாசைகள் மனதில் பதிந்து ஆழமாக வேர் ஒன்றி நிற்பதே கனவு. அப்படி பதிந்த கனவு உடல் முழுவதும் வேலைசெய்யும் நிலையில் கனவுகள் மறைந்து போகாமல் உயிர் கொண்டு எழுகிறது. அப்படி எழும் கனவுகள் பற்றியும், கனவுகள் வெற்றி பற்றியும், அன்பு கனவுகள் பற்றியும், வாழ்க்கை கனவுகளாக கூறுகிறது. கனவுகள் கலைவதில்லை இக்கவிதை திரட்டு.

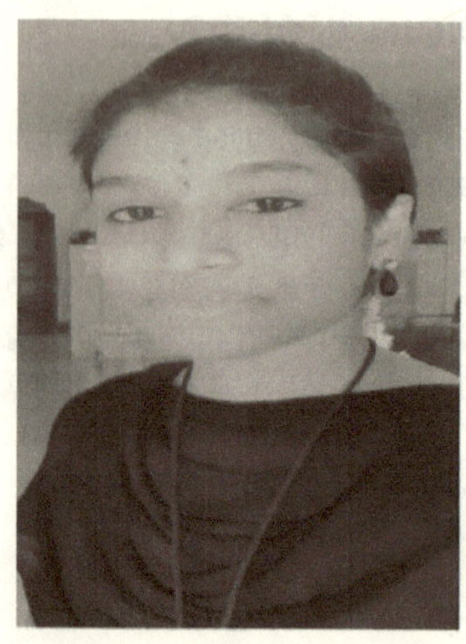

இவள் செல்வி கலைவாணிஇராஜேந்திரன், கடலூர்
மாவட்டத்தை சேர்ந்தவள். புனைப் பெயர் "கலைதமிழ் "
கருமைகாதலி. தமிழ் இலக்கியம் முதுகலை பட்டம்
முடித்தவள்.

கவிதைகள் பல எழுதி சில விருதும் பல சான்றிதழும்
உள்ளது.

சிறுகதை, நாவல், கட்டுரை எழுதுவதில் ஆர்வம்
கொண்டவள்.

கருமை காதலி என்னும் புனைப் பெயரில்
குறுங்கவிதைகளை படைக்கிறாள். தமிழையும் கவிதையும்
நேசிக்கும் நேசகி ஆவாள்.

சொற்களுக்கும் உயிர் கொடுக்கும் வகையில் கவிவரிகளை
தமிழுக்கு அளிக்கிறாள்.

இவர் இளம் எழுத்தாளர் மற்றும் பேச்சாளர் ஆவர்.

மேலும் வாழ்வில் இறுதி வரை தமிழ் பணியை செய்ய
விரும்புகிறார்.தமிழ் கலைகள் மீதும் மிகுந்த ஆர்வம்
கொண்டவள்

சமூக சேவை போன்ற பணிகள் செய்ய கூடியவள்.

கலையாத கனவு

கஷ்டங்கள் பல கண்டாலும்!
கவலைகள் சூழ்ந்து கொண்டாலும்!
விமர்சனம் உள்ளம் துளைத்தாலும்!
தோல்வி பயம் காட்டினாலும்!
உனக்காய் நீ அமைத்த பாதையில் தொடர்ந்திடு!
கவலைகளும் ஒருநாள் கலையும்!
உன் கனவுகளும் பலித்திடும்!
உன் சிகரம் நீ தொட
உன் வழியை நீ உருவாக்கு!
விண்ணையும் தொடலாம்!
தடைகல்லை
படிகற்காளாக்கி!
முள் பாதையை மலர் பாதையாக்கி!
உன் வழியில் பயணம் செய்!
உயரம் பார்த்திடு!
உன் பெயரை முத்திரையாய் பதித்திடு!
இமைகள் மூடாமல்
இதயத்தை வலிமையாக்கி!
வாழ்க்கையை ஒளிரச்செய்!
கலையாத கனவாக!

கவிஞர் இரா. கலைவாணி

விதியோடு மயங்குகிறேன்

கடலோடு நான் விட்ட கண்ணீரைத் தேடுகிறேன்!
காற்றுடன் கலந்துவிட்ட என் சுவாசம் நுகர்கிறேன்!
என்னூடே வரும் நிழலைக் கையில் ஏந்துகிறேன்!
பூகம்பத்தால் புதையுண்ட என்விலாசம் காண்கிறேன்!
கனவினில் நான் கண்ட சடலத்தை உயிர்ப்பிக்கிறேன்!
கறந்த பாலினை மடியினிற்ப் புகுத்துகிறேன்!
உதிர்ந்தப் பூவினைக் காம்பினில் இணைக்கிறேன்!
பாய்ந்துவரும் வெள்ளோட்டத்திற்கு கையணைப்
போடுகிறேன்!
என்பாவாடைப் பருவத்திற்குள் புகுந்துக்கொண்டு!
பல்லாங்குழி ஆடுகிறேன் நேற்றைய இனிய பொழுதை!
இன்றாக்க விழைகிறேன் இவையாவும் இயன்றால்!
இயலும் என்வாழ்வும்!

இரா. காந்திமதி

கனவு பாதை

பெரிய பெரிய கனவிலிருந்தே தொடங்குவது இவ்வாழ்வு
அவ்வாழ்க்கை புரியாத புதிர் அப்புதிருக்குள் வினாவதும்
விடையாவதும் நம் கையிலே எடுத்த முடிவுகள் எடுக்காமல்
இருக்கலாம்-
ஆனால் கிடைத்தவை யாவும் எடுக்கப்பட வேண்டியதை
பூட்டிய கதவுகள் தொலைத்த சாவிகள்
இது கடப்பதை அறியும் காண்பதை அடையும் இலக்கு
நம்மிடையே ஒவ்வொருவரின் வாழ்விலும்
ஒரு ஆசை ஒரு பேராசை ஒரு நிராசையென அமைவது
நியதி –
இதில் என் கனவுகள் யாவும் பலித்திட என்னை நம்பி என்
நம்பிக்கையை நம்பி என் தன்னம்பிக்கையில் பயணித்தலே
நித்தம் கடமை
அக்கடமையை அடையும் கனவிலக்கில் விடியும் ஒவ்வொரு
நொடியும் எளிதல்ல -ஆனால் எதுவும் புதிதல்ல என் கனவு
பாதைகளான அறப்பணியில் அர்ப்பணித்தல் வேண்டும்
அகிம்சையை அணிதல் வேண்டும் அன்பால் அடிபணிய
வேண்டும் அனுதினம் அகிலத்தில் அவதரிக்க வேண்டும்
அவதரித்த நாள் யாவும் கனவிலக்காய் மாற்றவேண்டும்
அகமே அறமாய் அறமே ஆயுளாய் வேண்டும் அனைத்து
கனவுகளும் நனவாக வேண்டும் வேண்டும் வேண்டும் கண்ட
கனவுகள் காட்சியாக காட்சியானவை வீழ்ச்சியாகாது
கனவுபாதையை இலட்சியப் பாதையாக்க ஓயாது முயற்சி
செய் பொன் மனமே!

க.முத்துமாரி,

பெண்மை

பிறக்கும் போதே யாவரும் அறிந்தே பிறப்பதில்லை
வெற்றியா ,தோல்வியா என்று..

பெண்மைக்குள் இருக்கும் வேகம் எந்த ஓட்டப்பந்தயத்திலும்
யாவரும் கண்டுக்கொள்ளாததே ..

எனது எழுத்துக்களில் இணைந்து இருதயத்தில் இருக்கும்
ஒரு பெண்மணியின் போராட்ட கனவுகள்..

அன்று அவள் தொடங்கிய பாதை நினைத்து பார்க்க
முடியாத கனவை கண்டறிந்துவிட்டால்
அது எப்படி ?

முதலிடம் பெறுவது அவளது கனவல்ல , எண்ணங்கள்
நிறைந்து இருப்பது என் கனவை கலைக்க முடியாது
இவ்வுலகில் யாரும் இல்லை என்றே ..

தடங்கள் நிறைந்த பாதையை நோக்கி நகர்கிறாள் முடியும்
என்ற நம்பிக்கையுடன்

சிறு துளியாகவே சிறு வயதிலேயே தொடங்கிய அவள்
தீராத தொடக்கம் முதலிடம் பெற்றதே முன்னிடம் என்று ..

வெற்றியை சந்தித்த அவள் பாதி வாழ்க்கை.
வாசிக்க செய்தது அவளது தோல்வியை.

வேகம் குறையயவில்லை
வெற்றி பாதையை நோக்கி..
தாகம் தீரவில்லை
தோல்விகளை சந்தித்தால் தான் நான் வெற்றி பெறுவேன்
என்று..

நினைத்து நிறைவடைந்தது
நிலையான அவளது கனவு..!

கலைச்செல்வி.வி

கனவு நனைவாகிய தருணம்

2020 அப்துல் கலாம் மின் அலட்சியமாக இருந்த கனவு ஆண்டு

அவர் கனவு நனவாக இளைஞர்களின் எழுச்சி பயணம் நடந்து கொண்டிருக்கிறது

சாமானிய மனிதனின் கனவும் நனவாகும்

அதுவும் என் வாழ்வில் நனவாகியது.

குறுகிய கால கனவு பல முயற்சிகளில் வெற்றியை கண்டது

என் எழுத்துத் திறமை உலகம் கண்டது

கிடைத்தது கவுரவம் பல்வேறு

கவிஞர் எழுத்தாளர் இணை ஆசிரியர் எனப் பல்வேறு விருதுகள்

விடாமுயற்சி இருந்தால் வெற்றி காணலாம் என்ற பாடத்தை கற்றுக் கொடுத்தது இந்த ஆண்டு

ஆண்டுகள் பல கடந்தாலும் நம் சாதனை பேச வேண்டுமென்றால் தொடர் முயற்சியும் பயிற்சியும் இருத்தல் நன்று

2020 ஆம் என் வாழ்க்கையையே புரட்டிப் போட்டது.

வாழ்க்கை என்றால் என்ன மனிதப் பிறப்பு என்றால் என்ன என்பதை உணர வைத்த காலம்

வாழ்க்கை எவ்வாறு வாழ வேண்டும் என்று

ஊக்கம் உற்சாகம் பல பாடங்கள் கற்றேன் இந்த ஆண்டின் மூலம்

எந்த ஒரு நொடிப்பொழுதும் இந்த ஆண்டை மறக்க மாட்டேன்

ஒளிமயமான ஆண்டு அதை 2020ஆம் ஆண்டு

கவிஞர் மகாலட்சுமி ராக்கியப்பன்

ஓய்வு பெறா என் கனவுகள்.

உன் கை கோர்த்து, நெடுந்தூரம் நடக்க!
உன் நெற்றிப் பொட்டில், என் முத்தம் பதிக்க!
உன் கருவிழியில், என் முகம் பார்க்க!
உன்னை அனைத்த படி, உன் இதய துடிப்பைக் கேட்க!
உன் பெயரில், என்பெயரை சேர்க்க!
உன் மடியில், என் காலங்களைக் கழிக்க!
இரவெல்லாம் தூங்காமல், உன்னோடு கதைக்க!
உன் பாதி ஆகிய என்னை நினைத்து!
பெருமிதம் கொள்ள... இது போன்று உன்னைப்!
பற்றி கனவுகள், என்னுள் ஓயாமல் அலைபாயுதே!

காயத்ரி சிங்காரவேல்

கலையாத கனவுகள்

என் கனவுகளில் சுகமானத் தென்றலாய்!
என்னுள் வீசிச்செல்லும் என்கவியே அகமாரா!
உன்னை அழைக்கும் பொழுதெல்லாம் மறுக்காமல்!
என் சிந்தையில் வருவாயே! நேரங்காலங்களை மறந்து!
உன்னுள் புதைத்து விடுவாயே! என் பேனா இதழ்சிந்தும்
கண்ணீர்துளிகளுக்கு காணிக்கை என்னத்
தரப்போகிறாயோ
என் கவியை வாசிக்கும் உள்ளத்தால் நேசிக்கும்!
அனைவரின் மனதும் சிறகு முளைத்தப் பறவையாய்!
என் கவிதை வானிலே சிறகடித்துப் பறக்க வேண்டும் என்ற
என் கனவு நனவாகுமோ!
நான் கண்ட கனவுகள் கலைவதில்லை; கலைந்தாலும்
மீண்டும் துயிலெழும் என் எழுதுகோலால்!

கவிஞர் பாரதி பாஸ்கி

தடமறியா கனவுகள்

மனிதா உன் மனம் பேசுகிறேன்
அறிந்திடுவாய் இதை நன்கு.!
சோம்பலை மறந்து சாதனைகள் பல தொடர
பல்வேறு நிலைகளும்

கலையா கனவாய் வாழ்வில்!
பூவு லகில் சாதனை புரிய
உன் மனதில் ஒரு விருப்பம்!
வாழ்க்கை பயணத்தில்
என்ன பல சோதனைகள்
நாளை நாளை
பொழுதும் மலையேறியது
முட்டி மோதியும்
தீரவில்லை வேதனைகள்
எல்லாம் எந்தன்
வாழ்க்கை பயணத்தில் மட்டுமா!
தெள்ள தெளிவாய்
பிறன் மனை கவனித்தேன்!
மாற்று திறனாளியும்
சாதனை புரிகிறார் முயற்சியில்
சிறு எறும்பும் சுமக்கிறது சுமையை
பறக்கும் பறவையும் கட்டுகிறது தன் வீட்டை படித்த
பட்டதாரியாம்
தெரு கைத்தட்டி சிரிக்கும் ஓசை!
நான் மட்டும் ஏன் முடங்க வேண்டும் வீட்டில்
பொங்கி எழுந்த மனம்!
இப்போ சொல்லுவோம்
கனவுகள் கலைவதில்லை என்று!

கலைமணி Vibin Herson

என் வாழ்க்கை கனவில்

கனவு கனவு தான் என் வாழ்க்கை
உலகம் உருண்டு போகும்
ஒவ்வொரு நாளும் என் கனவு தான்
என் வாழ்க்கை
என் புத்தகக் கதைகளும்
என் இசையும்
என் உழைப்பும் கவியும்
தான் என் கனவு
கனவில் மட்டும் என் வாழ்க்கை

உலகம் உறங்கும் தனி இரவு
வானில் மின்னும் விண்மீனாய்
கடலுக்கு அப்பால் நிலத்தில்
எரிகிறது தீப்பந்தம்
தீயிற்கு உணவாகும்
தீயின் வெப்பத்தில் உணவு தேடும் உயிர்கள்
எரிவதை பார்த்து கொண்டே
நடக்கிறேன்
கடற்கரையில்
கரு நிலவின் ஈரப்புடன்
நம் உலகின் நெடுஞ்சாலை ஓரங்களில்
வாழ்க்கை முழுவதும்
கனவு கனவுதான் என் வாழ்க்கை!

நிர்மல் குரு

கனவே கைசேர வா

காற்றில் கரைந்து,
பறவையாய் மாறி,
அந்த நீண்ட வானை,
கைகளால் தீண்டி,
இருள் சூழும்,
கார் இருளில்,
மின்னும் நிலவின் நடுவில்,
வீடு ஒன்றமைத்து,
காலம் முழுவதும் வாழ வேண்டும்.
பறந்த இவ்வுலகை,
கையில் பிடித்து,
என் பெட்டியில் சேமிக்க வேண்டும்.
பூக்கும் பூக்கள்,
வாடிப் போகாமல்,
வான் தேவதை வெண்ணிலா,
தேய்ந்து போகாமல்,
அழகிய கனவுகள்,
பகலில் கலைந்து போகமால்,
உள்ளது உள்ளபடி,
இருக்கும் வகையில்,
அழகாய் ஒரு உலகை உருவாக்கி,
அதில் அரசியாக ஆட்சி செய்ய வேண்டும்.
கண்மூடி நான் காணும் கனவெல்லாம், என் கைசேர
வேண்டும்.

லோ.சந்தியா

கனவுகள் கலைவதில்லை

தலைப்பு: நவீனக் குழந்தை

கனவை நிஜமாக்க
முயற்சியின் கைப்பிடித்து நடக்கிறேன்
தன்னம்பிக்கை
கனவைத் தூங்கவிடாது..!
கற்பனை மெய்யாகும்
பேனா மை சிந்தும்
கவிதையில்!

நடக்கும் பாதையில்
தடைக்கல் உண்டு
எடுத்து வைக்கும்
அடியில் பள்ளம் உண்டு
அதைக் கண்டு அஞ்சினால்
வெள்ளம் பெருக்கெடுத்து ஓடும்
வாழ்க்கை முழுந்தும்

நான் தமிழ்த் தாய்
கைப்படித்து நடக்கும்
கம்பனின் பேரன்.

இக்கால இலக்கியத்தால்
தமிழை தாலாட்டும்
நவீனக் குழந்தை
இது தான்
என் கனவு!
நிஜமாக்க நடக்கிறேன்
இப்பொழுது!

.புதியகவி சுரேந்தர்

கனவுகளால் நான்

கனவுகள்....!!!
கனவுகள் நிறைந்த உலகம் இது
இதில் ஒரு பகுதி என் வாழ்க்கை !
கனவுகள் மட்டும்தான் வாழ்கை
கனவுகளால் உருவாகிய நான் !
கனவுகள் ஒரு அழகானவை
சில நேரம் கடினமானவை !
சில கனவுகள் கற்பனையாக
பல கனவுகள் கண்ணீராக என் வாழ்கையில் !
கண்களால் காணும் கனவுகள்
இன்று கண்ணீரில் கரைகிறது !
கனவுகள் நிறைவேறாத என் வாழ்கையில்
இன்றும் போராடுகிறேன் என் கனவுகளுக்காக...!!!
கண்கள் காணும் என் கனவுகள்!!!!

மா. ஜோதி

கனவு என்னவாக இருக்கும்

சங்க இலக்கியமும் தங்கஇலக்கியமாய் கனவோடு!!!
நமக்கு நனவு புகட்டுகிறது
புறநானூற்றில் புரியவைத்து
ஆற்றுப்படையில் அருமையை கூறி கலித்தொகையில்
கனவு தொகையயாய் கண்முன் நிறுத்தம்
காலம் அதற்கு பொறுத்தம்!!!
பதினாறு குறளில் பதினாறு கனவுகளை பக்குவமாய் நமக்கு
பாடமாய் கூறிய கடவுளே!!!
அதிகாரததின் கடவுளே!!!
பக்தியில் கனாக் கண்டேன் தோழி நான்...
உந்தன் பெயர் என்னவாக இருக்கும்
நினைவு மனம்
நிம்மதி ஞாபகம்
விழிப்பற்ற நிலை
தூக்கத்தில் விளையாடும் முறை அப்துல் கலாம்சொன்னது
நாளைய உலகை வெல்வது
ஏழைக்கு எட்டும் எழில்
எண்ண முடியாத கலை
சொல்ல முடியாத நிலை
பகலிலும் இரவிலும் இடம் உண்டு
கருப்பு நிலத்தின் உற்பத்தி கண்ணைமூடும் உன் யுத்தி!!!
எண்ணத்தை நீயே நிலை நிறுத்தி காணும் போதே பெரும்
சக்தி
யூகத்தின் வெளிப்பாட இல்லை!!!
யுகத்தின் செயல்பாட
வாழ்வின் பிம்பமா மனதின் அங்கமா!!!
என்னவாக இருக்கும் கனவு!

ம.இன்பவாணன்

வாழ்க்கைத்துணை

மன்னவா என்கரம் பிடித்து ஆழிசூட்டும் வேலை
என் மனவோட்டம்! தலைவா உன் இல்லம் புகும்
வேலை எப்போது என்று! மலர்சூட்டி மாலைசூட்ட
ஒரு திங்கள் இடைவேளை என சேதி சொன்ன ஊரார்!
ஒருதிங்கள் இடைவேளை மட்டுமே உனக்கும் எனக்கும்
உள்ள பிரிவு! ஒருதிங்கள் முடிந்து மறுதிங்கள் பொழுதில்
உன்கரம் பிடித்தேன்! தலைவா அறவனைத்தாய்
அன்னையைக் கண்டேன்!
அதட்டினாய் தந்தையைக் கண்டேன்! மடியில்
தாலாட்டினாய் சேயாய் மாறினேன்! நான் கண்ட கனவுகள்
எல்லாம் நிஜமாயின நிலவுலகில்!
சேயான நானும் தாயான வேலை உண்டான சேதி கேட்டு
உருவான இன்பம்
பனித்துளியாய் மாற! உண்டான உயிர் உதிரமாய் போக
உலகமே கார்மேகம் சூழ கண்ட கனவுகள் கனவாய் மாறின!

அ.தனலட்சுமி

எழுது கோலும் நானும்

வெற்று காகிதமாய்
நான்..
எழுது கோலாய்
சில எண்ணங்கள்!
கரும்பலகையில்
எழுதிட..
நடனம் பயின்று
முத்திரை பிடித்திட...
இரவின் மடியில்
பண்பலை கேட்டிட..
பெயருக்கு பின்னால்
சில பட்டங்கள்
தொடர்ந்திட ..
ஓவியம் வரைந்திட..
கவி புனைந்திட..
கதை எழுதிட..
எனக்கே எனக்காய்
என்னை விரும்பும்
இதயம் விரும்பிட...
இன்னும் எத்தனையோ
உள்ளக் குமுறல்கள்!!
இதயத்தின் ஓரம்
கனவுகளாக
பலித்தும்
சில ..
பலிக்காமலும்...!

முனைவர் ஜெ.ஆனந்திபானு

கனவு ஆராய்ச்சி

கண் மூடுகின்றேன்
விரிந்திடும் சில
காட்சி பிம்பம்!!
உனக்கும்
எனக்குமான
அன்பின்
வரி வடிவம்!
தேடி ஆராய்கின்றேன்
காதலில் உன்
மென்மையையும்!
காமத்தில் உன்
மூர்க்கத்தையும்!
பொழுது புலர்ந்தாலும்
முடிவதில்லை இந்த
கனவு ஆராய்ச்சி
மீண்டும் தொடர்கிறது...
இருளின்
ஒளிப் பின்னணியில்!!

முனைவர் ஜெ.ஆனந்தி பானு

ஊர் சுற்றும் கனவு

கடல் கடந்து சென்று உலகமெல்லாம் சுற்றி திரிய கனவு
காண்கிறேன்!
மொழி தெரியா நாட்டிற்கு செல்ல வழி அறிய கனவு
காண்கிறேன்!
இனம் மறந்து அடையாளம் என்ற கர்வத்தை விடுத்து
வையகத்தில் உள்ள அனைவரிடமும் நட்பு கொள்ள கனவு
காண்கிறேன்!
கண்டம் விட்டு கண்டம் செல்லும் பறவையை போல
மிதவையில் நாடெங்கும் உலா வர கனவு காண்கிறேன்!
இந்த வையகம் முழுவதையும் நான் இருக்கும் வை அகமாக
மாற்றி கொள்ள கனவு காண்கிறேன்!
விண்மீனின் ஒளியை வாங்கிக் கொண்டு இரவிலும்
விண்ணில் பறந்துச் செல்ல கனவு காண்கிறேன்!

உலகம் என்னும் பூங்காவில் உள்ள அங்கத்தை ஒவ்வொரு
நாளும் அனுபவிக்க கனவு காண்கிறேன்!
பாரினில் உள்ள அழகை செல்லும் இடமெல்லாம்
வர்ணித்துக் கொண்டு செல்ல கனவு காண்கிறேன்!
பால் நிலவின் ஒளியை ஆடையாக நெய்து
நட்சத்திரத்தின் ஒளியை ஆபரணமாக மாற்றி
விண்வெளியையும் சுற்றி பார்க்க கனவு காண்கிறேன்!

Yogeswar

என் உறவுகள்

கனவில் மட்டும் என் வாழ்க்கை
நான் விரும்புவதை போல்
அமைகிறது.. நிஜத்தில் அல்ல..!

நீங்கள் என்ன செய்ய
விரும்புகிறீர்கள் என்பதை
விட்டு ஒரு போதும் விலக்காதீர்கள்..
பெரிய கனவுகளைக் கொண்டவர்..
அனைத்து உண்மைகளையும்
அறிந்த ஒருவரை விட
சக்தி வாய்ந்தவர்..!
கனவோடு வாழ்ந்து விட்டேன்
பாதி வாழ்க்கையை..
கற்பனையோடு வாழ்ந்து
விடுவேன் மீதி வாழ்க்கையை..!
ஒரு மனிதனின் கனவுகள்
அவனது மகத்துவத்திற்கு
ஒரு குறியீடாகும்!

சிறிய கனவுகளை காணாதீர்கள்..
அவைகளுக்கு மனிதரின்
இதயத்தை நகர்த்தும்
சக்தி இல்லை..!

கனவுகள் காண்பது இயல்பாய்
போன மனித வாழ்வில்
முயற்சிக்காத வரை
வாழ்க்கை ஒரு கானலே..!

ச.பிரியதர்ஷினி

கலையவில்லை என் கனவு

நான் கடக்கின்ற பாதையெல்லாம்
என் கனவை சுமந்தே நடக்கின்றேன்
நான் நடக்கின்ற வழியில் எல்லாம்
பல மனிதர்களை பார்க்கின்றேன்
பார்க்கின்ற மனிதரெல்லாம் பல வற்றை கற்று தர
அனுபவத்தை பெறுகின்றேன்
பெற்றதெல்லாம் வலியாய் இருந்தமையால்
பெரும் அழுகை குள்ளே மாட்டிக்கொண்டேன்
வெளியில் சொல்ல முடியாமலே
வெற்று காகிதத்தில் கண்ணீர் நிரப்ப வந்தேன்
கண்ணீரெல்லாம் கவிதையாகி கவிஞன் ஆனேன்
என் கனவை நிஜமாக்கிவிட்டேன்!!!

ஜெயப்பிரியா.லெ

விவசாயி மகளின் கனவுகள்

விவசாயம் செழிக்க ஆசைப்பட்டேன்
வயிறாற அடுத்தவன் உண்பதற்கு
தன் பசியை பொருட்படுத்தாத
விவசாயியின் மகளாகப் பிறந்ததனால் !
பருக்கையை சிந்தாது உண்ணுபவனைப்
பார்க்க ஆசை – காரணம்
பருக்கைக்குப் பின்னால்
பருக்கையை விதைக்கும்
பெற்றவனின் வியர்வையை காண வலித்ததால் !
பசுமை நிறைந்த இடத்தைக் காண ஆசை
பசுமை பாழாப்போன காரணத்தால்!
தட்டுப்பாடின்றி தண்ணீர் கிடைக்க ஆசை
தாகம் தீர மட்டுமல்ல
தடங்கல் இல்லா உணவுக்கு
தடங்கள் ஏற்படுத்தவே !
பலூன் வாங்க ஆசைதான்
பணம் இல்லாததால் பறந்துவிட்டது
பலூன் மட்டுமல்ல ஆசையும் தான் !
சோற்றிலே கைவைக்க ஆசையில்லை
சேற்றிலே கால்வைத்து
கழனிபார்க்க ஆள் இல்லாததனால் !
இல்லையென்ற சொல்லே
இல்லாமல் வாழ ஆசைதான் !
பெண்ணாகப் பிறந்ததனால்
யாரிடம் சொல்வது
ஆசைகளே இல்லாமல் போனதை !

தந்தை தோள்களிலே சாய ஆசையிருந்தும்
தடுக்கிறது ஏதோ ஒன்று !
ஆசைப்பட மனமில்லை
ஆசைப்பட்ட வாழ்வு மணமில்லாததால் !
முத்தான மகளென பெயரெடுக்க ஆசைப்பட்டேன்
மூடர்களுடன் புதைந்து கிடப்பதனால்
முடியாமலே போனது !
கவலைகளிலும் சிரிக்கவே ஆசை
கவலை மட்டுமே கிடைத்தது
கடைசியில் !
கனவுகள் பல இருந்தாலும்
கனவாகவே போய்விடுமோ என்ற
பயமும் இருந்தது
இதையும் கிடப்பது
அலைகள் ஓய்வதில்லை என்பதுபோல்
கனவுகள் கலைவதில்லை என்ற
கனவிலே தான் !

த.நந்தினி

புத்தம் புதிய பூமி

நாளைய பொழுது
புலரட்டுமே நல்லோர்
வாக்கினில்
புத்தம் புதிய பூமிக்கு
என் வாழ்க்கை தீபமாக ஒளிரட்டும்
நிறைந்த அன்பும்
மெய்யறிவாகிய   கல்வியும்
நாளைய பூமியில் உண்டு
அறிவியல் கணிதம்
என பல்துறை சாதனை சாத்தியம்
உன் சொல்லொன்று
உலகின் மாற்றத்திற்கு
அடிநாதமாக விளங்கட்டும்
சிறியோர் செய்த
பிழை பனி
நீராக மறையட்டும்
கனவு காணும் தகுதி
அதிகம் எமக்குண்டு படைப்பாளன் என்பதால்

லட்சுமி ஆ.தென்னரசு

கானல் நீர்

கானல் நீர் கனவு என்ற
சொல்லுக்குள் புதைந்து கிடக்கிறது!
அத்தனை சந்தோஷங்களும்
கானல் நீராக!! உறங்கா
மனம் உதித்த சூரியன்
மேற்கில் மறைய!
தேடிய விழிகள்
இமைக்குள் சொருக!
உறங்கிய பிறகும் மனங்கள் அலைய!
விழித்துக் கொண்டேன்
என் கனவுலகில்

மு. கோகிலா

கனவுகள் கலைவதில்லை

என் கனவு

கனவெனச் சொன்னால் நமக்கெல்லாம்
கால்நொடிதனில் கடந்து செல்வது
'மருத்துவர்'
'விஞ்ஞானி'
' அரசியல்வாதி' என்பது மட்டுமே !

பிறப்பு முதலே வினோதம் நிறைந்த
விந்தையான என் வாழ்வு
விவரம் அறியும் முன்னரே
விதிவசம் வசப்பட்டுப்போனது !

குடும்பமதில் குதூகலிக்கும்
குற்றாலச் சாரலதனைத்
துரும்பளவும் துப்பறிய வில்லையே
துயரம் நிறைந்த என் பாதையில் !

அன்னையவளின் ஒற்றை அரவணைப்பில்
அடிவைத்த விடுதி வாழ்விலும்
ஆங்காங்கே என்னையறியாமல்
ஆறாய்ப் பெருகியது ஆழ்மனதில் ஏக்கங்கள் !

அழகிய கையெழுத்து
ஆழ்ந்த படிப்பறிவு
பண்பரிந்த பேச்சு
பேச்சிழக்க வைக்கும் நடனம் - என
மெச்சிய நேரமதிலே
மெய்சிலிர்க்க வைத்து
மேகமெனத் தாகம் தீர்த்தார்
என் மறு அன்னை !

மகிழ்ச்சியை பார்த்து வியந்தவர் மத்தியில்
மனதின் கிளர்ச்சிகளை ஆய்ந்து பார்த்து
மாரில் சாய்த்து அரவணைத்தாள் என்னை !
ஆயிரம் மைல் தூரத்தில் இருந்தாலும்
அருகாமையில் கண்டேன் அன்னை அவளை !

எனக்கு மட்டும் ஏன் இந்நிலை என்பதை மாற்றி
எனக்கு மட்டுமே இத்துனை நன்னிலை என்பதைக் காட்டி
பார்க்கும் மனிதர்களுக்கு
படகாய் இல்லாவிடினும்
இயக்கும் துடுப்பாய் இரு என்றாள் !

பட்டப்படிப்பு முடிந்து
பணமதற்காக மட்டும் பணிசெல்லாமல்
பாவி என்னை பாராட்டி வளர்த்த - அந்த
புண்ணியவதியின் பணியினைத் தொடர
புறப்பட வேண்டும் நானும்
என்போன்ற தளிர்களை தேடித் தேற்ற !

தமிழ்ச் சேவகி
த. சிந்துகவி

கனவுகள் கலைவதில்லை

மன்னிப்பாயா

நிஜம் இல்லாததை கனவென்று கூறமுடியாது !
உன்னை நினைத்தது உண்மை !
உன்னோடு பேசியது உண்மை !
உன் உணர்வோடு கலந்தது உண்மை !
உன்னோடு கழித்த நாட்களை
நினைத்து பார்ப்பது கனவாக மாறுமோ ?
உன் குரலை பதியவைத்தது கனவாக மாறுமோ ?
உன் செல்லத் திமிரை ரசித்தது கனவாக மாறுமோ!
ஆற்றல் பெருக்கெடுத்து ஓடும் போது
தடையாய் வந்தது எது
விரிசலே பாதாளமாக ஆகிவிடுமோ
பயத்தால் கனவு!
கனவால் வாழ்வு...
வாழ்வால் நிஜத்தை மறுக்கும் கனவு!
அழகாய் வந்த பட்டாம்பூச்சியே !
நீ ஒருநாளில் மறைவதற்குக்
காரணம் உனக்கு வைத்தப் பெயரோ
இது கனவாக மாறிவிடக்கூடாது
எனது தூரத்துப் பட்டாம்பூச்சியே !
கனவின் வழியே மன்னிப்பைத் தேடி...
உன்னை வந்து அடைவேன்
நீ மன்னிப்பாய் என நம்பி !

சு.அசோக்குமார்

வானவில் வாழ்க்கை

உச்சந்தலையில் ஒற்றை சிண்டு
மஞ்சள் பையில் கரும்பலகையும் பலப்பழும்
ஊருக்குள் இருக்கும்
ஒரு சின்ன பள்ளி
மதிய உணவுக்கு வீட்டுக்கு வந்தால்
மணக்க மணக்க பருப்பு சாதமும் உருளை கிழங்கும்
அம்மா கையால்
அற்புத ஊட்டல்
உண்ட களைப்பில்
உறங்க முடியாது
மதிய வகுப்புக்கு மறுபடி
போகவேண்டும்
ஆறு வயதில் எனக்கு இருந்தது அம்மாவின் அணைப்பில்
உறங்கும் கனவு
உயர் நிலை பள்ளியாம்
ஊருக்கு வெளியே ஒரு
நான்கு மைலாம்
வாழ்வில் முன்னேற
வழி வேறு இல்லை
அனுப்பி வைத்தனர் அம்மா அப்பா
ஏழு மணிக்கு காலையில் ஏறினால்
மாலையில் திரும்பும் ஒற்றை ரயில்
பள்ளி முடிந்ததும்
பசி எடுக்கும் வயிறு
நான்கு மைலை
நடந்தே கடந்தால்
வீட்டிற்கு போனதும்
வயிறார சாப்பிடலாம்
பன்னிரண்டு வயதில்
பசிக்கு சாப்பாடு

மட்டுமே கனவு
பதினாறு வயதில் வரும்
பருவ கனவு
சரியா தவறா காதல்
சண்டை போடும்
மனதும் மூளையும்
தாய் மீது பாசம்
தந்தை மீது மரியாதை
ஊரார் மதிப்பு
இத்தனையும் தாண்டி
இழவெடுத்த சாதி
முளைத்த காதலை
முளையிலே வெட்டி
மூலையில் எறியவேண்டும்
என் தலைமுறையில்
எண்ணற்ற பெண்களுக்கு
காதலே கனவு தான்
கல்லூரிக்குள் காலடி வைத்ததும்
எண்ணம் ஒன்று எட்டிப்பார்த்தது
எப்படியாவது ஒரு
எழுத்தாளராய் ஆகவேண்டும்
கவிதையும் கதையும் எழுதிக் குவிக்க வேண்டும்
அதுவே எனக்கு அழகான கனவாய்
ஆழ்மனதில் பதிந்து போனது
கனவை நோக்கி நகரும் போது
கல்யாணம் என்பது கட்டாயமானது
மாப்பிள்ளை பார்த்தாச்சா?
கல்யாணம் எப்போ? வயது ஆகிறதே?
ஊருக்குள் எழும்பும்
ஓராயிரம் கேள்விகள்
உள்ளம் துளைக்கும்
இருபது வயதில்

இதயம் கனக்கும்
கல்யாணக் கனவு
கல்யாணம் முடிந்ததும்
பிள்ளை எப்போ
பிள்ளை பிறந்ததும்
அடுத்தது எப்போ
அஞ்சு மணிக்கு அலாரம் வைத்து
அரக்க பரக்க எழுந்து வந்து
அடுப்பின் முகத்தில்
அழகாய் விழித்து
கணவருக்கு காபி கொடுத்து
பிள்ளைகளுக்கு பால் கொடுத்து
சிற்றுண்டியும் மதிய உணவும்
சீக்கிரமாய் தயார் செய்து
வண்டி வரை சென்று
வழி அனுப்பி வைத்து விட்டு
வீட்டுக்குள் நுழைந்தால்
வியட்நாம் போர்க்களம்
சிதறிக் கிடக்கும் அத்தனையும்
சீராக்கி நேராக்கி
பெருக்கி துடைத்து
துணி துவைத்து பாத்திரம் கழுவி
அப்பாடா என்று நான்
உணவு மேசையில்
உட்காரும் போது
மணி பன்னிரண்டு
இத்தனைக்கும் மத்தியில்
இனிய கனவுக்கு எங்கே நேரம்
பத்து நிமிட தூக்கம்
கூட பகல் கனவு தான்
இனிதான மணவாழ்வு
இருபத்தைந்து வருடங்கள்

கனவுகள் கலைவதில்லை

ஓய்வில்லாமல் ஓடிப் போனது
சின்னச் சின்ன கனவுகள்
வாழ்வில் வானவில்லாய்
தோன்றி மறைந்தாலும்
எழுத்தாளர் கனவு மட்டும்
என்னுள் எங்கோ
உயிரோடிருந்தது
பிள்ளைகள் எல்லாம்
பெரியவர் ஆகினர்
கடமைகள் எல்லாம்
குறைந்து போனது
அழகாய் உள்ளம்
துள்ளிக் குதித்தது
ஐம்பது வயதில் ஆசை பிறந்தது
வயது ஒரு தடையே இல்லை
என்ற துணிவை
உறவுகள் தந்தது
இன்னும் காலம் நிறைய இருக்குது
கற்பனை இன்னும் வளமாய் கிடக்குது
கனவு பலிக்க வாய்ப்புகள் உள்ளது
என்ற எண்ணம் புதிதாய் பிறந்தது
உண்மை கனவுகள் கலைவதில்லை
நாம் உறுதியாய் இருந்தால்
உண்மையாய்
கனவுகள் கலைவதில்லை
இதோ என் கையில்
பேப்பரும் பேனாவும்
எதிர்கால எழுத்தாளராய்
இதோ என் கையில்
பேப்பரும் பேனாவும்!

விஜி

பாவையின் பாதை!

மெல்ல தத்தி தத்தி
ஓடும் கால்களும்
கர்வம் கொண்ட கண்களும்
மெய்நிகர் மெல்லிசையில்
ஒய்யாரமாக நின்றன
சத்தமின்றி நினைவுகள்
தென்றலாய் வருடிடவே
காரணமின்றி விழிநீர் சிந்திட
பாவையின் குமுறலை யார் அளந்திட முடியுமோ?
ஆரவாரமிடும் கிளிகள்
கரைந்திடும் காகங்கள்
இசைந்திடும் சோகைகளும்
ஆள்பறிக்கும் ஆழ்கடலும் அமைதியாக பேதையுடன்
நட்புக்கொள்ள!
உற்றார் உறவினர் இன்சொல்லிற்கு மறுவாய் மொழிந்திடா
பண்புடன்
கடமையென நின்று
செவியில் சேர்த்திடாமல்
பாதை ஒன்றை புதிதாய்
அமைத்திட அதில் ஆட்சி செய்திட தனக்கென
ஓர் இராஜ்ஜியம் கட்டிக்கொள்ள
புன்னகை பூவாய்
மறுமொழிந்திடாமல் நடைப்போட்டால்
ஞானம் உண்டோ எனக்கேட்ட
ஊர்வாய் ஓர்நாள் அவள் என்னைச் சேர்ந்தவள்
என பெருமிதம் கொள்ளும்,
அதுவரை ஓய்வில்லை!
பயணமும் முற்றில்லை!

-மயூரம்

---

*தடகள வீரன்

போர்க்களத்திற்கு முயற்சித்தேன்
நாள்தோறும் பயிற்சித்தேன்
பயிற்சி எல்லாம் பாழா னது
என் முயற்சி வீணானது

வெற்றியினை பறிக்க ஓடினேன்
வேதனை தடுக்கி விட்டது
இரத்த காயம் ஏற்பட்டது
வீழ்ந்து கிடக்கவில்லை

இறந்த பிணம் நான் இல்லை
என்ற எண்ணம் எண்ணத்தில் உண்டு
போகவில்லை துவண்டு
கலங்கவில்லை தோல்வியை கண்டு

இன்னும் கூட வாய்ப்புண்டு
என்பதை எண்ணத்தில் நிறுத்தி
தோல் வியை தகர்த்து
வெற்றியை துரத்தி முயற்சிக்கிறேன்

முடியும்வரை அல்ல
மண்ணில் மடியும் வரை

தமிழின் தோழன்

கனா கண்ட வினா

குண்டுச் சட்டியில்
குதிரை ஓட்டிய காலம் போதும் !
குண்டர் சட்டத்தில் கைது செய்ய
என் சூது வாதா தடுக்கும் !
ஊர் ஓரத்தில் ஒதுங்கி நின்று
ஊர் முன்னே கூனிக்குறுகி நின்று ஒப்பாரி வைத்த
காலங்கள் யாவும் மாறும்! உரிமைக்காக குரல் கொடுக்க
என் நாடி நரம்புகளும் ஏங்கும்!
என் ரத்த நாளங்களும் துடிக்கும்!

கண்ணாடி மாளிகையாம் அக்காரிகையின் கனவுகளுக்கு
கை விலங்கும் கைகாப்புமாம்! தண்டிக்கப்பட வேண்டிய கைதியம்
தண்டனைக்கு உள்ளான யுவதியாம்!

வெற்றிலை பாக்கு மாற்றி அப்பாவையின் வாழ்க்கைக்கு
திருநீறு பூசிய திருவிளையாடல்கள் போதும்!

பதின்ம வயது நிரம்பிய அவளுக்கு பத்தினி பட்டம் எதற்கு?
நிறைமாத கர்ப்பிணியாக்கும் வீண் யுத்தம் எதற்கு?
இதுதான் நீங்கள் காட்டும் நாடக லீலையா பத்துமாதம்
சுமந்து பெற்ற கணக்கோ?

விட்டத்தையும் வானத்தையும் விதியே என்று வெந்து
நொந்து
போதாத காலம் போதாமல் போகட்டும்!
சொல்லாமல் போகட்டும்!
பேச்சு வழக்கில் கூட செல்லாக்காசாய் இல்லாமல்
செல்லட்டும்!

பொல்லாத ஊருக்கு இன்னும் மிதமிஞ்சிய பொங்கும்
உச்சவரம்பு எதற்குதானோ?
ஆடிப்பாடும் வயது இது !
பிடித்ததை செய்யட்டும் பிடிப்பில்லாமல் வாழட்டும்!
கால் முளைக்க சிட்டுகளுக்கு
கால்கட்டு தான் கட்டாயமோ?

கனவு ஏன் காத்திருக்க வேண்டும்? உண்மைக்கு உருவம்
அவசியமுண்டோ?ஊராட்சி ஒன்றியத்திடம்
தொட்டதிற்கெல்லாம் உரிமை
கோர வேண்டுமோ?
உணர்ச்சிக்கு ஊறு விளைவிக்கலாமா?ஊரார் பேச்சு
நாடாளும் வரை தான்! விதியின் கணக்கு வெற்றிவாகை
சூடும் வரை!

வெற்றித்தாயை முத்தமிட்டால்
தாங்கி நிற்கும் தடங்கல்
தடை கற்கள் தவிடு பொடியாகிவிடும்!
தானாய் அகன்றுவிடும்!
திசை தெரியாமல் தலைவிரித்து ஓடிவிடும் ! ஏசிய உலகம்
தலை கால் புரியாமல் தலையில் வைத்துக்
கொண்டாடிதான்
தீர்த்து விடும்!
தூற்றிய சமூகம் உன் துணிவைக் கண்டு துவண்டு விடும்!

கனவிற்கு கப்பம் கட்ட தேவையில்லை! காலணி
அணியுங்கள்!
கடல்தாண்டி ஓடுங்கள் !
களிப்பின் சுவை
குறைவில்லாமல் கூடட்டும்!

பா.கவுசிகா (பார்கவி)

என் இலட்சியம்

என் இலட்சியம் எல்லாம் இன்று
இலட்சங்கள் ஆனது
நானோ ஏழை
இது நான் செய்த தவறா
என்னை ஏழையாக வளர்த்தது என் பெற்றோர் தவறா
எவன் மனதால் ஏழை ஆனானோ அவன் தவறு
ஏழை என்பதால்
இலட்சம் தர முடியாது என்பது அவன் கோட்பாடு
இலட்சங்கள் என்றாலும் என்றும் என் இலட்சியம் மட்டுமே
என் உயிர்
என்பது என் கோட்பாடு
இன்னும் நம்பிக்கையோடு வாழ்கிறேன் என்றாவது என்
இலட்சியத்தை அடைவேன் என்று
அந்த நோடிக்காக காத்திருக்கிறேன்
தந்தையின் மகள் என்று கர்வம் கொள்ளும் நான் ....
என் தந்தை ஒருநாள் மகளின் தந்தை என்று கர்வம் கொள்ள
வேண்டும் என்று

த.அருணா

கடவுள் வரத்திற்காக

காம்புடனே சேர்த்துக் கட்டிய பூ போல
சுற்றித்திரியும் தும்பிகள் மொய்த்தாலும்,
சுருங்கும் நிலை வரும் வரை
இயன்ற மட்டும் இதழ்களை விரித்துச் சிரித்து
சுகந்த காற்றைப் பரப்பிக் கொண்டே
காலமெல்லாம் கால்கடுக்க கடமையென காத்திருந்தேன்!
கடவுள் வரத்திற்காக!
கண்ணை மூடிக் கனவுலகம் சென்றேன்!
சொக்கிய கண்ணால் சொப்பனமுங் கண்டேன்!
பொட்டில் காட்டில் பொடி கல்லாய்க் கிடந்தேன்
கங்கையைக் காணக் கனவோடிருந்தேன்!
களவாடிப் போகுமென கண்ணைக் கட்டி,
கடிவாளம் போட்டு கடுந்தவம் புரிந்தேன்!
கைமாறாய்ப் போன காசு கணக்காய் வருவதாய்,
கன மழை பெய்தது!!
"கனவுகள் கலைவதில்லையே"
எண்ணிய கணம்
கலைக்கப்பட்டேன் கைபேசி சிரிப்பில்!
பொட்டிக் கடையில் பொட்டலம் போட்டிருந்தேன்
பொட்டுக்கடலை,
ஒரு பெரு வாளி குவிந்திருந்த சரக்கு
பல சிறு வெற்றுக் காகிதங்களில் நிரம்பியது!
நிரம்பிய தருணம் துப்பு துலங்கியது!!

காணும் காட்சியிலெல்லாம் கட்டி இழுக்கிறாய்?
நீ கயிறும் அல்ல...
திரும்பும் திசை யெல்லாம்
திகைக்க வைக்கிறாய்?
நீ திருவிழா அல்ல...
இருக்கும் இடத்திலெல்லாம் இணங்க வைக்கிறாய
நீ மாயாவி அல்ல...
பார்க்கும் பார்வையிலெல்லாம் பரவசமூட்டுகிறாய்?
நீ என் காதலனும் அல்ல...
நீ என் 'கனவு'
உன்னைக் காணாமல் கணமும் இளைத்தேன்!
உன் கரம் பற்றிக் கரை சேருவேன்
கலங்கரை விளக்குமாவேன்!!

சு. மனோரஞ்சிதம்

வேண்டும்..வேண்டும்.. வேண்டும்..

கவலையில்லாத வாழ்வு வேண்டும்!
கட்டணமில்லாத கல்வி வேண்டும்!
சுயநலமில்லாத அன்பு
வேண்டும்!
மோகமில்லாத காதல்
வேண்டும்!
தவறில்லாத தட்டச்சு
வேண்டும்!
தாமதமில்லாத நிகழ்வு வேண்டும்!
காவல்நிலையமில்லாத உலகம் வேண்டும்!
கல்விக்கேற்ற வேலை
வேண்டும்!
வேலைக்கேற்ற ஊதியம் வேண்டும்!
ஊதியத்திற்கேற்ற உழைப்பு வேண்டும்!
உழைப்புக்கேற்ற உயர்வு வேண்டும்!
தலைமைக்கேற்ற பணிவு வேண்டும்!
பெருமைக்கேற்ற பொறுமை வேண்டும்!
அன்புக்கேற்ற அறச்சீற்றம்
வேண்டும்!
கவலைக்கேற்ற கனிவு வேண்டும்!
டாஸ்மாக்கற்ற தமிழகம் வேண்டும்!
ஏழைகளற்ற உலகம் வேண்டும்!
வேளைத்தவறாத உணவு
வேண்டும்!
இவைகளணைத்தும் நிஜமாக வேண்டும்

முனைவர். இரா. கோதண்டராமன்

  கனவுகள் கலைவதில்லை

விடியலை தேடி...

ஆனைமுகம் கொண்ட வீட்டில்
அழகான தோட்டம் வேணும்
இடையே அழகொரு மனையில்
இனிய குயிலிசை வேணும்
அவ்வப்போது நறும்புகையுடன்-எனது
ஆன்மிகப் பாடலும் ஒலிக்கவேணும்
பேனாமுனையின் எழுத்துக்களால்
புதுப்புது மனிதர்களை ஜெயிக்கவேணும்
பசுமை மாறா பேசும் செடிகளுடன்
பல ஜன்மங்களும் கழியவேணும்
இரவினில் இனிமை தரும்
இளந்தென்றலில் நனைந்திட வேணும்
ஒவ்வொரு நாளும் நிலவொளி
கவிபாட அழைக்க வேணும்
அதைக் காணாமல் நான் வருந்திடவே
கணவனே கள்வனாய் வரவேணும்
வாழ்க்கை மந்திரங்களை
வானவில்லாய் காட்டவேணும்
வாழும் தந்திரத்தை
வடுக்களால் உணர்த்த வேணும்
பிறக்கும் ஒவ்வொரு விடியலையும்
புதிது புதிதாய் அணுகி
பருந்தாய் என் விழிகள்
தேடித்தேடி திரிந்திடவேணும்!

ஆ. முத்துப்ரியா

நீரோட்டமான கனா

விழி மூடி வழி ஓடி
உறங்காத இரவாடி
தன்னந்தனி அறையாகி
அதிலோர் இருளாக
இசையும் கண்ணீராக
இதயம் வலிகளாக
எண்ணங்கள் ஏக்கங்கள் நிறைவேறாமல்
ஒவ்வொன் றும் தோல்வியே என
சாதிப்பேன் என கனவில்
விடியல் வந்ததும்
புலம்பும் மனம் நிழலில்
வறுமையின் பிடியில்
வயதின் ஓட்டத்தில்
குடும்ப நிலையில்
சமுதாய பார்வையில்
வியாபாரமான வாய்ப்பில்
உறவினரின் தாழ்வில்
உதவிட நம் மட்டுமே என்னி
ஓடமாக கனாவின் வட்டம் சுழல்கிறது.

மு. முஹம்மது உமைர்

தினம் தினம் கனவுகளே..

ஒவ்வொரு நாளும்
புன்சிரிப்புடன் துவங்கி
தாய் தந்தையின்
ஆசி பெற்று....
பள்ளியில் நண்பர்கள் ஆசிரியர்கள்
அலுவலகத்தில் சக ஊழியர்கள்
பேருந்தில் அறிமுகம் இல்லாதவர்கள்..
என பல்வேறு நபர்களுடன்...
உறையாடி நகைத்து
வீடு திரும்பும் நேரம்
ரோட்டோர கடைகளில்..
சக நண்பர்களுடன்
வாய்ப்பார்த்தபடி சிற்றுண்டி உண்டு
நேரம் போனது அறியாது
கதைத்துக் கொண்டிருக்க
வீட்டில் இருந்து அழைப்பு
வரும் போது தான்
நேரம் ஆனது தெரியும்..
வீட்டிற்கு சென்றால்
அம்மாவின் கைமணம்
வாசலிலே மூக்கை துளைக்க
என்ன செய்கிறாள் என்று
ஆர்வமுடன் உள்ளே
கூவி கொண்டே சென்றால்
சுடச்சுட பலகாரங்கள்
அடுப்பில் தேநீர் ஒரு பக்கம்
அதையும் ஒருகை பார்த்துவிட்டு

அடுத்த பணிகளைச் செய்து
இரவு எல்லோரும் சேர்ந்து உண்டு
அதுவும் கூட்டுக் குடும்பத்தில்
நிலாச்சோறு உண்டு
விளையாட்டு ஆடல் பாடல்
தாத்தா பாட்டி கதைகள் என
ஒன்றாக இருந்து உண்டு
இன்பம் துன்பங்களை பகிர்ந்து
இத்தனை சொந்தங்களுடன்
வாழும் வாழ்க்கை
எவ்வளவு பணம்
கொடுத்தாலும் ஈடா
காது
இது போன்ற வாழ்க்கை
கிடைத்த அனைவரும்
கோடீஸ்வரர்கள் தான்!!
வாழ்க்கை இப்படியே போக
கலையாகனவுகளாக
பயணிக்க தினம் தினம்....

மினு.வி

   கனவுகள் கலைவதில்லை

ஆசைக் கனவுகள்

வாழ்க்கையின் கனவுகள்
தீர்ந்து போவதில்லை .!
எல்லையற்ற கனவுகள்
எண்ணத்தில் குடிகொள்கிறது .!
நடுத்தர மனிதனின்
ஆசைகள் எல்லாம்
நெடுங்காலமாய் நெஞ்சோடு கலந்து
அவைகளை நிறைவு செய்துகொண்டே
வாழ்க்கை முழுதும்
கடந்து போகின்றது .!
நிறைய நிறைய படித்து
பிடித்த வேலைகள் செய்து
பெற்ற கடனை அடைக்க
ஓயாமல் உழைத்து
அழகாய் சிறியதாய் வீடுகட்டி
வீட்டுச் சுமையில் தகப்பனுக்கு ஓய்வளித்து
சமையலறை சிறையில் தாய்க்கு
விடுதலை கொடுத்து
அவர்களுக்கு
ஆனந்தமாய் சோறு ஊட்டி விட ஆசை .!
பிடித்தவளை கரம் பிடித்து
அளவாய் இரு பிள்ளைகள் பெற்று
மனமாற பிள்ளைகள் இரண்டு தத்தெடுத்து
நாட்டிற்கு ஒரு மகனும்
வீட்டிற்கு ஒரு மகனும்
பணி செய்யும் நல்லவர்களாய்
அவர்களை வளர்க்க ஆசை.!

அதிகாலை எழுந்து
வயலுக்குச் சென்று
ஏர் பூட்டிய மாடுகளோடு உழுது
சேற்றோடு கலந்து
காற்றோடு சேர்ந்து
நாள் முழுவதும்
நாற்று நட ஆசை .!
மருந்தே உணவாகிப் போகும்
காலத்தில்
உணவே மருந்தாக்கிக் கொள்ள ஆசை .!

என்றேனும் முடியும் வாழ்க்கையின்
இறுதியில்
ஆறடிக் குழியில்
அமைதியாய் உறங்கி விட ஆசை .!

வெ.சந்துரு

கலையா கனவுகள்

ஒவ்வொரு விடியலிலும்
எழும்பிக் கண்சசுக்குகிறது
உறங்கியிருந்த கவலை!
அலுவலகங்களில் எல்லாரும்
அலைபாய்கிறார்கள்..!
சனிப்பெயர்ச்சிக்காக...
நாளை ஞாயிறு என்பதால்...
காதலித்து ஏமாற்றும்
காதலியாய் வாழ்க்கை..!
அரவணைத்துத் தாலாட்டும்
அன்னையாய் மரணம்...!-
சன்னலோரப் பயணம்
எதிர்காற்றில் கலைகின்றன
எதிர்காலக் கனவுகள்.
மனதை விரித்ததும்
கொட்டியது தூசி..!
எப்போதோ புத்தகத்தில்
ஒளித்த இலைபோல
காய்ந்து போன கனவுகள்
உன்னை பற்றிய என்
கனவுகள் கலைவதில்லை
நம் அன்பை பற்றிய என்
கனவுகள் கலைவதில்லை
நம் நட்பை பற்றிய என்
கனவுகள் கலைவதில்லை

நம் வாழ்க்கை பற்றிய என்
கனவுகள் கலைவதில்லை
கனவுகள் களைய கூடாது
என்பதற்காகவே தினமும்
கனவு காண்கிறேன்!
கனவிலும் உன்னையே எண்ணி
கனவு காண்கிறேன்!

திரு.க.பாண்டியராஜா

பலிக்கட்டுமே

பசிக்கு சோறு
கற்கண்டாய் தண்ணீர்
இருக்க வீடு
துள்ளித் திரிய புல்வெளி
பகல் கனவு தான்...
பலிக்கட்டுமே!
ஒழுகாத கூரை
அதில் சிந்தாத மழைத்துளி
பசிக்கு அழாத மழலை
அளவான வறுமை
பகல் கனவு தான்...
பலிக்கட்டுமே!
குடிக்கக் கூழ்
படிப்புக்கேற்ற வேலை
வேளைக்குக் கூலி
படுத்தவுடன் உறக்கம்
பகல் கனவு தான்...
பலிக்கட்டுமே!
பகட்டில்லா உறவு
ஆதாயம் பாரா நட்பு
புரிந்து கொள்ளும் காதல்
பிரிந்து போகும் சோகம்
பகல் கனவு தான்...
பலிக்கட்டுமே!

சீ. மோகன் ராஜ்

கனவுவிடியலில் நனவு

தெவிட்டாத தேன் அமுதாய் என் கனவுகள்
புதிய விடியலை நோக்கிய சிறகுகள்
உள்ளத்தில் நீங்காத என் நினைவுகள்
உருகும் மெழுகாய் அதன் பதிவுகள்
அன்பென்ற ஒற்றை வார்த்தை மொழியில்
அகிலம் தழைத்தோங்கும் கனவு
அதிகாரம் காட்டாத அரவணைப்பில்
ஆட்சி செழித்தோங்கும் கனவு
பெண்களின் சுதந்திரம் உண்மையில்
பேணிக்காத்து வளர்க்கும் கனவு
பேசாமடந்தைகளின் வாழ்வில்
வசந்தம் வீசும் கனவு
உழைக்கும் வர்க்கத்தின் வியர்வையில்
ஊக்கமளித்து உயர்த்தும் கனவு
ஏமாற்று கூட்டத்தின் தலையில்
குட்டிக் கூண்டில் ஏற்றும் கனவு
ஏற்றமளிக்கும் கல்வி செல்வத்தை
எல்லோருக்கும் வழங்கிடும் கனவு
பதுக்கி வைத்திருக்கும் பணம் குப்பையை
பகிர்ந்து கொடுக்கும் கனவு
தமிழின் சிறப்பினை உலகறிய
உரக்க கூவிடும் கனவு
பாரதத்தின் பெருமையை பாரினிலே
பதமாய் பகிரும் கனவு
இத்தனை கனவும் விடியலிலே
கனவாய் மட்டுமே கலையாமல்
நனவாய் நடந்து சிறக்கும் என்று
கனவும் நீண்டு செல்லுதே!!

கவிச்சுடர்.கு.திலகவதி

எனது கனவு உன்னை பற்றி

கனவிலும் உன்னையே எண்ணி
கனவு காண்கிறேன்!
உன்னை பற்றிய என்
கனவுகள் கலைவதில்லை
நம் அன்பை பற்றிய என்
கனவுகள் கலைவதில்லை
நம் நட்பை பற்றிய என்
கனவுகள் கலைவதில்லை
நம் வாழ்க்கை பற்றிய என்
கனவுகள் கலைவதில்லை
கனவுகள் களைய கூடாது
என்பதற்காகவே தினமும்
கனவு காண்கிறேன்

இளங்கவி இரா சதீஷ் குமார்

வாழ்க்கை பற்றிய என் கனவு

நினைத்ததை பேச ஆசை.
பிடித்ததை செய்ய வேண்டும்.
விரும்பியத்தை நேசிக்க வேண்டும் .
நேசித்ததை அனுபவிக்க வேண்டும் .
பார்ப்பதை ரசிக்க வேண்டும் .
ரசிப்பதை அடைய வேண்டும் .
அடைந்ததை மதிக்க வேண்டும் .
விதிகளை தகர்க்க வேண்டும் .
சுதந்திரமாக திரிய வேண்டும்.
எனக்கான என் வாழ்வை வாழ வேண்டும் நான் கண்ட என்
ஆசை கனவுகளோடு..
ஆசை என்னும் என் கனவுகள் என்றும் கலைவதில்லை...
வாழ்க்கை என்னும் நிஜத்தில் நான் எடுக்கும்
முயற்சிகளால்...

நெ. சுபராகவி.

மௌன கனவுகள்

வறண்ட விழிகளில் வருடிய கனவுகளில்
சுவடுகள் பதித்த பட்டாம்பூச்சியாய் நினைவுகள்
மறைந்தாலும் தொட்டுச் சென்ற ஸ்பரிசத்தில்
விட்டுச்சென்ற வர்ணமாய் கனவுகள் கலைவதில்லை..
ஸ்பரிசம் கொண்ட திங்களில் விந்திட்ட வியர்வையில்
விதைக்கப்பட்டது யார் என்ற குழப்பத்தில் அப்பனும்
ஆத்தாளும் காத்திருக்க..
ஓடிவந்த ஆயா குலம் காக்கும் குலசாமி வந்தான் என்றாள்...
கனத்த முலையில் நிரம்பிய வயிற்றில் மலர்ந்த முகத்தைக்
கண்டு
ஒன்பது மாத உதிரம் கொட்டித் தீர்த்த ஆத்தா உயிர்
பெற்றாள்...
எட்டு மாதத்தில் 8 அடி வைக்கும்போது பாதம் பதியாப்
பாதங்களை அள்ளி வாரி தலையில் வைத்த அப்பன் இவன்
எங்க அய்யனின் அவதாரம் என்றான்...

கால்சட்டையிலிருந்து முழுகால் சட்டைக்கு மாறியபோது
திண்ணையில் கிடந்த கிழவி இவன் வம்சவிருத்தி என்றாள்..

முழங்கால் சட்டையும்,முறுக்கு மீசையும், நெஞ்சடர்ந்த
மார்பு முடியும்,காந்தல் நிறமும், சங்கமிக்கும் புருவ வில்லும்,
தலை கோதியே தீர்த்த விரலும் என கனவின் காதலனாய்
உலாவர...

கலைந்தே போன கணவாய் .... எண்ண மாற்றமாய், வண்ண
மாற்றமாய்..
பாவாடைச் சட்டையும்,வளையல் ஓசையும்,மஞ்சள்
மயக்கமும்,
அடுப்பங்கரை இருட்டில் வெளிச்சமும், வீசிய பூவின்
வாசத்தில் மோகம் கொள்ள..

கலைந்தே போன கனவாய்...
உடைந்தே போன கனவாய்..
உதறிப்போன உறவாய்..
உதிர்ந்து போன மனமாய்..
சாவுடன் தோழமை கொள்ளும் சருகாய்..யான்..

மாற்றம் ஒன்றே மாறாதது..

கோடிவிந்தில் ஓடிவந்து உலகம் பார்த்த நான் சாமானியன்
அல்ல
அவதாரம்...

கலையாத கனவாய் காக்க நினைத்தேன்..
எனக்கான அடையாளத்தை..
சற்று திமிருடன் சமூகம் பார்த்தேன்.
ஆணுக்கு ஆணாய்..
பெண்ணுக்கு பெண்ணாய்..
இவனுக்கு இவளாய்..
நிகருக்கு நிகராய்..
சிவனும் சக்தியுமாய்...
அர்த்தநாரீஸ்வரின் அவதாரமாய்..
தனக்கான தனி அடையாளம் தேடும் யான் ...
கலையாத மௌன கனவுடன்....
இயற்பெயர் சக்தி!!!*
பொதுப்பெயர்- *திருநங்கை!!!*

ஜெ.அர்ச்சனா

நித்திலக்கோர்வை

எதற்கிந்த வீராப்பு வெட்டி முடிக்காத/
ஏகலைவனென ஏசியே செல்லும் ஏற்றத்தார்/
பிதற்றுவதை காட்டிலும் விற்றாவது விலைபோயேன்/
இருமல்களின் பின்ணனியில் மெலிந்த புலம்பல்/
முகம்பார்த்த தட்டுகள் முரண்பேசி நகைக்கிறது/
முன்னேற வழியில்லை முடங்கியது என்றோ/
அதீத மரியாதை அஃறினையின் பெயரிலே/
அதையுந் தாண்டியது காலைமுளைத்த பாத்திரங்கள்/
குத்திக் கிழித்துக் கொண்டிருக்கும் வான்விழி/
கூனிக்குருகி குற்றாலத்தை காட்சிப்படுத்தும் உடல்மொழி/
இப்படியும் ஒன்றா? இதற்க்குமேல் பலனில்லை/
இடித்தவரஶுடன் உடைந்த பாக்குகளாய் நம்பிக்கை/
அசையாத வரவேற்பாய் அலங்கோல தீபகனை /
அசையாத மாந்தர் நிமிர்ந்த அசைத்திட்ட அகிலம்/
குனிந்த தலையாய் நிமிர்ந்த கொள்குறி/
கனவுகளொன்றும் வேசிகளல்ல வேதனையின் பிரதிபலிப்பு/
துடுப்பை தவறவிடா படகுகள் யாவும்/
தேசியம் தாண்டியும் கரைத்திரும்பல் நிச்சயம்/
உதிரத்தில் ஏற்றாதே உணர்வில் ஏற்றிடு/
உதிரம் உறையும் உணர்வுகள் உறையா/
நித்திலக் கோர்வை நிரம்பிடல் எளிதன்று/
நிதம் காணுவும் கனவும் அங்கனமே/
முளைப்பது முயற்சியாயின் முடுக்குவது பலருண்டு/
விமர்சனம் கடப்பாய் விண்ணை அளிப்பாய்/

கவிஞர்.மே.மு.மணிமாறன்

காரிகையின் இருள்

பிறப்பிலே அவள் என்று பேச்சடைந்து
ஜாதியினால் பிரிக்கப்பட்டு
வணிகத்தின் வீரியம் அறிந்து
நையாண்டியர்களின் பகட்டானப் பேச்சுக்கள்
யாவும் குவளையில் விழுந்த வண்டினமாய் நொந்து
சிரம் பணிந்து
கையினை மடித்துக் கொண்டு நகர்ந்த காலங்கள் யாவும்
நினைவுகளால் நீண்டுப் பெருகி பல இராப்பொழுதாய்
விதியின் வினை ஏனோ.!?

எந்தன் தேடலினை நாடி
வாங்கிய கடனும்
மூட்டையாக மூழ்கி !

கிடைக்கும் வாய்ப்பினைத் துரத்தித் துரத்திச் சென்று
காலங்கள் பல ஓடியும் நான் ஓயாமல்
எட்டிப் பார்த்தவை யெல்லாம்
எட்டிப் பிடிக்கச் செய்தேன்!

முறிக்க நினைத்தோருக்கு முற்றிகைச் செய்தேன் பெரும்
கட்டிடங்கள் கொண்ட
பல வண்ணக் காகிதங்களுடன்!

கவியின் காதலி (ப.ஹரிணி)

கலைந்து கலந்துவிடு

விண்மீன்கள் கலைந்தே
விண்வெளி இரவு
மேகங்கள் கலந்தே
மழையானது
தூறல் கலைந்தே வண்ண வானவில்
வரைந்தது !
மலர்கள் கலந்தே
மாலையானது
சூரியன் மேற்கே
கடலுக்குள் மூழ்கி
நிலவை அழைத்தது
நிலவோ இரவை மறைத்தது !
விவசாயி சேற்றை கலைந்து
நாற்றை களைந்து
அன்னம் படைத்தான் !
சட்டங்கள் கலைந்தால்
சத்தியம் குழைந்திடும்
மதியை இழந்தால்
மானம் குறைந்திடும் !
ஆசை கலந்தே
நோக்கம் பிறந்தது
இலட்சியம் கலைந்தால்
வாழ்வின் பயணம் விழுகுது !
எண்ணம் கலந்து
செயல்திறன் சிறக்குது
கல்வி கற்கையில்
கவனம் செலுத்துக !

சேவை பாதையில்
புனிதம் விளையுது
கற்பனை கலந்தே
கவி புனைவது
ஓசை உருகி இசை
தென்றல் கடந்தது !
கனவு காணுங்கள்
தூக்கத்தில் அல்ல
தூங்கா முயற்சியில் துக்கம் கலைந்து
துவண்டு விடாது
நிசங்கள் ஆக்குங்கள் !
நின் நிழலும் கூட உயரும் !

ம.சுதா

வாழ்க்கையின் விதிகள்.

சொற்களில் அடங்காத
சொர்க்கங்களும்
இம்மண்ணில் உண்டு
நீ அமைதி கொண்டால்.....!
மரணம் மடி விரித்திடும்
நொடி வரை
அமைதியில்
மகிழ்ச்சி கொள்!
மயக்கம் கொள்!!........
சொற்களில் அடங்காத
காயங்களும்
கண்விரித்திடுமே!
கரை சேரும் முன்னே!!
கலங்காதே!......
இன்பதுன்பங்கள்,
கருப்புவெள்ளை,
விண்ணும்மண்ணும்
என மாறும்
எதிரெதிர்
துருவங்களே
வாழ்க்கை!!!!.......

உன் வாழ்வோடு விளையாடு......!!!
கனவுகள் ஒருபோதும் கலைவதில்லை.....!
காரணங்களே கனவுகளை கலைத்துவிடுகின்றன..!
நிதர்சனங்களை புறந்தள்ளி,
நீளுமோர் வெற்றியின் தியானத்திற்கு உன்னை
அர்ப்பணித்திடு....!
அமைதியின் ஆழ்கடலினில்தான்
அகப்படும் முத்து....
ஆர்ப்பரிக்கும்
அலைகளில் அல்ல...!!!!!

கோ.லாவண்யா

என் கனவுகள்

குக்கூ குக்கூ பாட்டு போல
எந்தன் கவிதை ஒலிக்க வேணும்..
டோராபுச்சி கதையை போல
எந்தன் கதை காணொலியில் காண வேணும்....
விருதுகள் பல என்னை விரட்டி வர வேணும்..
பள்ளி புத்தகத்தில்
எந்தன் பாட்டுன்று
இருக்க வேணும்.
பச்சைமண்ணு முதல்
பல் விழுந்த பழுத்தபழம் வரை
எந்தன் எழுத்தால் பயன்பெற வேண்டும்...
இன்னும் பல
கனவுகள் உண்டு
கனவுகள் மாற்றம் உண்டு
கனவு காண்போருக்கும் மாற்றம் உண்டு...
ஆனால் கனவுகளுக்கு
மாற்றம் இல்லை....
கனவுகளும் நம்மை விட்டு நீங்க வில்லை

ரம்யா.

கனவுகளே கனவுகளே

வாழ்க்கையில் கனவு என்பது எளிது தான்
வாழ்க்கையே கனவாய் அமைவது அரிதினுமரிது...
பல நேரம் நனவுலகில் நிலவினாலும்
சில நேரம் கனவுலகைக்
கடந்து தான் செல்கிறோம்...
புரிதலில்லாப்
புதுப் புதுக் கனவுகள்
புன்னகையுடன் பொழிகிறதே இரவெல்லாம்...
இந்நாள்வரையிலான
கனவுகளைக் கட்டமைத்தாலே
எந்நாளும் தொடரும்
தொடர்கதைகளாக உருவெடுத்திடும்...
கடந்தவர்களும் கனவில் வந்து
கதை சொல்கிறார்கள்
காலகட்டத்தில் வாழ்வதைவிட
கனவுக் கட்டத்தில் வாழ்வது வளமாகவே உள்ளது....
சில பொழுதுகளில்
கனவிலும் கவலைகள் வந்து
கரம்பிடித்துக் காதல் கொள்(ல்)கிறதே...
மாறுபட்ட வண்ணமே
மானிடனின் எண்ணம்
கனவுகள் நனவாகாதா
நனவுகள் கனவாகாதா என்றெல்லாம்...
இரவுகளில் காதல் செய்
கனவுகளுடன் மோதல் செய்
கனவுகளும் இனித்திடும்
காலங்களும் செழித்திடும்...

ர.கௌதமன்

   கனவுகள் கலைவதில்லை

கலையா கனவுகள்

அம்மா! உள்ளே ஒரே இருட்டு..
ஆயினும் உன் இதயத்துடிப்பு...
ரத்தநாளத்தில் குருதி ஓட்டம், உன் சுவாசம்
உன் வாசம் எல்லாம்
கொஞ்ச நாள் தானோ?..

வேண்டாம் அம்மா வெளிஉலகு. வேண்டாம்
உன் மூலம் நான் கேட்கும்
உணரும் விஷயங்கள்....

மனிதனை மிருகமாக்கும் பணம்....
வேண்டாம் அம்மா வெளிஉலகு

வகுப்பு வெறிப் பிடித்த, மனிதனை அழிக்கும்
வெளிஉலகு வேண்டாம் அம்மா...

அறிவைப் பெற காசில்லாமல் மடியும் அவலஒலி சத்தம்
வேண்டாம் அம்மா வெளிஉலகு...

நல்லன அரிதாகி ,அழிவு நல்கிய
வெளிஉலகு வேண்டாம் அம்மா...
ஒரு வேளை நான்
பெண்ணாக பிறந்து விட்டால்... அம்மா அம்மா வெளிஉலகு
வேண்டாம் அம்மா.!

உன் கருவறை உலகில்
நான் காண்கின்ற நேர்மறை கனவுகளுடன்
இருந்துவிடுகிறேனே!
என் கனவுகள்
கலைய வேண்டாமே அம்மா!

இரா.ஆனந்தி

கலையா அன்பின் கனவுகள்

உந்தன் அன்பிற்குரிய
பெண்ணின் மீது ஆசை
கனவுகள் கோடி!
தோன்றிய போதிலும்,
அக்கனவுகள் கலையும்
நிலை வரும் போதிலும்,
கனவு கொள்வாய் என்மனமே,
அவள் மீது நீ கொண்ட
உண்மை அன்பை,
கனவு கொள்வாய் என்மனமே,
என்றும் அவளின் மீது கொண்ட
உண்மையான, எந்தன்!
அன்பின் கனவுகள் கலைவதில்லை
என் மனமே,!
என்றும் கலையாத காவியமாய்
எந்தன் மனதில்.!

மு. வேல் முருகன்

நினைவுகள் ஆகிய கனவுகள்

என்னிலுள்ள ஏராள நினைவலைகள் எல்லாம் ஏளன
பார்வையின் கணை கொண்டு என்னை துளைக்க
துடித்துக்கொண்டிருக்க!,
எண்ணங்களில் உள்ள வண்ணங்கள் எல்லாம் வதை பட
மறுக்கின்றன!,
கதைகள் பல கூறுகின்றன என் மனம், என் சதைகள்
எல்லாம் கேட்டு சலிப்புறுகிறது தினம்,
கணமேனும் களிப்புற நினைக்கும் போதெல்லாம்
காண்டீபத்தில் நாணேற்றி விடுகிறது வலிகளின் கனம்!,
சிலிர்ப்புற சிரிக்கும் சிறிது நேரம் கூட என் விழிப்புறம்
விழுகின்ற விழிநீர் விவரிக்கும்,
நினைவாலே நீக்கமற நிறையும் எண்ணத்தின் வண்ணமும்
மனதின் திண்ணமும் நீளாது என்று!,

களிப்புற நினைக்கும் போது கவலை கருவருக்கவும்,
சிலிர்ப்புற நினைக்கும் போது நிந்தனையை நிறைக்கவும்
மதி விதி செய்துவிட்டது!,

நினைவுகளில் இருந்து மீளமால் வாழ,
கனவுகள் கலையாமலும் எவ்வாறு வாழ !!!

கோபி இராமச்சந்திரன்

வற்றாத கனவுகள் வழிந்தோடும் தடயங்கள்!

விடியும் விடியல்களில்
விளங்காத கேள்விக்கு விடையாய்
வந்தேர வேண்டும் தென்றல் காற்றில் பாயும் என்
கருங்குயில் ஓசை!

காணும் இடமெல்லாம் காட்சிப்பிழையோ
என நான் வியக்கும் வண்ணம் எங்கும் ஆனந்தக் கூத்தாட
வேண்டும் பசுமை பூசிய வயல்கள்!

மஞ்சள் பூசிய மாலை வானின் கீழ்
மங்களமாய் மனம் பாட கை பிடித்த தூரிகை அலையாடும்
கடலாய் ஓயாது ஆட வேண்டும்
அன்போடு உறவாட வேண்டும்
என் வெள்ளைக் கொடியெல்லாம்
வர்ணக் கொடியாய் பறக்க வேண்டும்!

மதகு நீர் தாங்கும் பலகைமாய்
நெஞ்சத்தின் பிரிநிலை கொண்ட
பெருநோயை என்னில் தடை செய்ய
எய்யுந் தொழில் ஆழ வேண்டும்
ஏக்கமெல்லாமா தீர வேண்டும்!

மெய் வருத்த உழைப்புக்கு
மெய் நிகர் விருப்பமெல்லாம்
மேடை ஏரி ஒலி உள்வாங்கி
என் கையில் தவழ
செவ்விதழில் செந்தமிழ் பொங்க
கண்களிலிருந்து உதிரும் வெண்பனியும்
இனிப்புச் சுவையாய்
இன்பம் கூட்ட வேண்டும்!

வற்றாத கனவுகளே வாழ்வின்
வழிந்தோடும் தடங்கள் - உடைந்த சில்லிலெல்லாம் உதித்து எழட்டும்
லட்சிய கனவுகள்!

மோ.திவ்யாராஜ்குமார்

அவர் அவரின் கனவுகள்

உலகில் ஆயிரம் கனவுகள்..........
வானில் பறக்கும் பறவைக்கு உயர பறக்க கனவு...
கடலில் வரும் அலைக்கு கரையை தொட்டு விட கனவு...
இளைஞனுக்கு திருமண கனவு...
திருமணமானவனுக்கு மழலை கனவு...
ஆண்டிக்கு கடவுளை காண கனவு...
காலத்திற்கு தெரிவதில்லை கனவு..
கனா காணும் நெஞ்சில் உணர்வு ஊட்டும் கனவு.
கனவுகள் கலைவதில்லை.
மணலில் வீடு கட்டும் சிறுவனுக்கு தெரியும் அது கலைந்து
விடும் என்று...
சிறு குச்சியால் கூடு கட்டும் பறவைக்கு தெரியும் அது
எளிதில் கலைந்து விடும் என்று...
சுட்டெரிக்கும் வெயிலுக்கு தெரியும் மழை வந்தால் நான்
கலைந்து விடுவேன் என்று...
ஒளி தரும் சூரியனுக்கு தெரியும் இராப்பொழுதில் நான்.
கலைந்து விடுவேன் என்று...
கலையும் என தெரிந்தும் செய்யும் செயலை கலையாமல்
காக்க கனா காண் உறவே.......
வானவில்லே உனக்கு அழகு சேர்க்க ஆயிரம் வர்ணம்......
நண்பா உன் வாழ்க்கைக்கு அழகேற்ற கனவுகளால்
வாழ்க்கையை வண்ணமாக்கு.......

Bibisha M. Com

மறையா கனவுகள்

புலர்க்காலைப்பொழுதில்
பூவொன்று இதழ்விரியக்கண்டேன்
இதழெங்கும் பனித்துளிக்கண்டேன்
பனிவிலக்கி படிந்த இரேகைக்கண்டேன்
இரேகையை இருக்கையாக்கி
இசை ரீங்காரம் இசைத்தபடி
சூல்ததும்பும் சூழலிலே
சூக்குமமாய் சூறையாடி
சூரியை நின்பால்
சூரன்தன்மையத்து சூரியனாய்
உதயமானேன்.,
உதித்தது கதிரவன்
உதிர்ந்தது காதல்
முதிர்ந்தது காமம்
நிகழ்ந்தது கனவு....!
கனவுகள் தொடரும்...!

 க.சந்தோஷ்,

மாய வாழ்க்கை

நீ கனவில் கண்ட
ஒளியில் !!
வலி என்னமோ ஒன்னுதான்
ஏற்று கொள்ள துணிந்துவிட்டால்
வலிகளும், சிந்தனைகளும்
தூசிதான்...
எதை எதையோ அடையத்
துடிக்கும் இதயத்தை
திசை மாற்றி வாழிகாட்டு...
நிகழ்காலத்தில்
சரியாக பயன்படுத்தி
கொண்டால் எதிர்காலம்
நம்மை வரவேற்கும்...

கடந்து போன காலங்கள் என்றுமே காலாவதி
ஆன மருந்தை
போலவே சிறிதும் உன்
வாழ்கையின்
வலிக்கு அது ஆறுதல்
அளிப்பது இல்லை
தூக்கத்தை கூட தொலைத்து
விட்டு இரவில் விழித்திருத்தேன் !
என் வெளிச்சதைத் தேடி.

இ. காயத்ரி

ஆசைகள்

வானில் பறவையாய் பறக்க ஆசை
நிலவை தொட ஆசை
குளிர்ந்த காற்றை ரசிக்க ஆசை
குயில் போல் பாட ஆசை
விண்வெளியில் பறக்க ஆசை
மலர்களை ரசிக்க ஆசை
கடலில் நீந்த ஆசை
சிறந்த கவிஞன் என ஊரார் புகழ ஆசை
அழகிய தோட்டத்தோடு வீடு கட்ட ஆசை
கம்பனின் வரிகளை படிக்க ஆசை
கண்ணதாசனின் காதல் வரிகளை வாழ்ந்திட ஆசை
பாரதியின் பாடல் வரிகளை படிக்க ஆசை
பாரதிதாசனின் புரட்சி வரிகளை கற்க ஆசை
உலகமே மனிதநேயத்தோடு வாழ வேண்டும் என்பது என்
கனவு.
இந்தியா வல்லரசாக ஆகவேண்டும் என்பது என் கனவு

கவிஞர் லலிதா ஷ்யாம்

    கனவுகள் கலைவதில்லை

கனவாக மாறிய எதார்த்த வாழ்க்கை

வெளியே போகலாம்ஜு சொன்னாலும் சொன்னாங்க ;
துக்கம் காணாம போச்சு.....
விடியும் முன்னே ;
விழித்து எழுந்தாச்சு....
பட்டு போல
பட்டு உடுத்தி ஆச்சு....
தலை நிறைய பூ சுடி ஆச்சு
மாமா கூடுத்த ஆசையான ரோஜாவும் சுடி ஆச்சு.....
சேவல் கூவும் முன்னே ;
சிறகடிச்சு பறக்க தயாராச்சு மனசு.....
அடிச்சு பிடிச்சு
கோவிலுக்கு வந்தாச்சு.....
கேட்டது எல்லாம் வாங்கி தரமாட்ட ;
சொன்ன அம்மாவ, அதட்டியும் வைச்சாச்சு....
அண்ணா கிட்ட சாதுர்யமா பேசி
பணத்தையும் பறிச்சாச்சு....
முக முகவரி அறியா
தாத்தா வாழ்த்தியாச்சு.....
மகாலட்சுமி மாதிரி இருக்குன்னு சொல்லி ஆச்சு....
முத்த மழையால நினையவச்சு....
அன்பு பொழிந்துட்டாங்க....
கன்னங்கள் சுருக்கமான அழகான பாட்டி.....

கோவில் கருவறையில் நுழையும் முன்பே
கேட்கிறது அம்மாவின் பாராட்டு ஒலி
இன்னும் என்னடி தூக்கம் உனக்கு
கனவுகள் அனைத்தும் கனவாகி போக...
இயந்திர உலகில் இயந்திரமாய் சுயல
விரைந்தேன் நானும்
நாகரிகம் நோக்கி சென்று
நரகத்தில் வாழ் பவர்களுள் ஒருத்தியாக!

திவ்யா.தே

காரிகை கனவுகள் திறமையின் ஏட்டில்

தினசரி இரவு துயில் கொள்கையில்
திரளாய் தோன்றிடும் கனா ஒன்று
நாளை-யின் தேவை அது என்றும்
இதயத்தின் தேவை இது என்றும்
நிரந்தர தேவை எது என்றும்
தேவைகள் மட்டுமே அரும்பெரும் கனவான
என் நடுத்தர மக்களின் உலகத்திற்கு
திறமை ஒன்றே அதற்கான வழியாக.!
பாய்மர படகொன்று துடுப்பொன்றுடன்
வறட்சி காணா வாழ்க்கை நதியில்
திறமை எனும் திசைமானி வழிகாட்ட
தூரம் பலயிருந்த எட்டாக் கனவு கனிகளை
தேகம் சிலிர்க்க புசித்து கொள்கிறேன்
ஆம் என் எழுத்துக்களின் உதவியோடு.!!
நித்திரை எழுந்த விடியற் பொழுதில்
நினைத்த கனாவும் நிறைவேறிய களிப்போடு.!!!
திட்டமிட்ட வழியில் நாளும் உழைக்கவே - கனவு
திறன் பட கை-சேர்ந்த போதிலும்
"கனவுகள் கலைவதில்லை" - ஆம்
அஃது நிறைவேறிய போதிலும்

ம.பாரி

சமுதாயம்

என் வீட்டு வாசலில் வறியவர் ஒருவர் நிற்க
அவரைப் பார்த்த கணத்தில், சிந்தனையில் ஆழ்ந்தேன்
இப்போது,இவர் மீது என் கால்கள்
பட்டால் அவமதிப்பதற்குச் சமம்
இவரை என் கைகளால்
தொட்டால் ஆதரிப்பதற்குச் சமம்
அதுபோல, சமுதாயத்தில் பெண்களைக் கால்களாகவும்
ஆண்கள் கைகளாகவும் பார்கின்றனர்
கால்கள்,என்ன தப்பு செய்தன?தண்டிக்க!
கைகள்,என்ன மேன்மை கண்டன?பாராட்ட!
இரண்டுமே சமம் இல்லாத நிலை துன்பம்
ஒருநாள் என் கனவு நினைவாகும்
சமவுரிமை பெற வேண்டும் என்ற எண்ணம்
பண்டைய பெண்களிடம் தொடங்கிப் பாதிநிலையை
அடைந்துவிட்டது
மீதி நமது நம்பிக்கையில்!!!!

மு.உமல் ஹபிபா

முகப்புத்தக வலையினிலே

முகந்தெரியா நபரிடையே
இனம்புரியா உறவு முறை
நட்பெனும் சங்கலிக்குள்
நாடெல்லாம் சங்கமிக்கும்
வாடிக்கை செய்பவரின்
கேளிக்கை கூத்துகளை
வேடிக்கை பார்ப்பதனை
வாழ்க்கையெனக் கொண்ட பலர்
தேடியுமே கிடைக்காத
தேசம் கடந்த உறவுகளை
இணையத்தின் தேடலினால்
நிமிடத்தில் அறியும் சிலர்
பகடிகளின் பகிர்ந்தளிப்பும்
விருப்பத்தின் தெரிவிப்பும்
கருத்துக்களின் பரிமாற்றம்
தினமும் இங்கு இடம்பெறுமே
பலர் அறிந்த பாடல்வரியும்
பகலுணவின் சுவையினையும்
பாட்டி தந்த பரிசினையும்
பறைசாற்றும் வாய்ப்பிதுவே
புகைப்படத்தில் தெரிந்தமுகம்
பார்த்ததுமோர் புன்சிரிப்பு
உரையாடல் செய்கையிலே

அர்த்தமற்ற கலகலப்பு
பரீட்சைக்கு முன்தினமும்
புத்தகத்தைத் திறவாதோர்
பரீட்சையின் நொடிவரைக்கும்
திறந்து வைப்பதிதுவன்றோ
புத்தகத்தில் மத்தியிலே
மயிவிறகை வைத்தவர்கள்-முகப்
புத்தகத்தைத் திறந்தவுடன்
உணர்வுகளை வைப்பதேனோ!

சு.யோகலட்சுமி

நித்திரை கனவு

நீங்காத நினைவுகளோடு நீந்திக் கழித்திடவும்! உறங்காத
உள்ளங்கள் உலகம் மறந்து
உறவாடிடவும்
ஒளியில் சொல்லாத சில உரையாடல்கள்
ஒளியில்லா இருளிலாவது இயற்றம்பெறட்டும் எனவும் !
உண்மை மறந்து உள்ளம் தன் போக்கில் செல்லட்டும்
எனவும்
நித்தியமான அவன்(இறைவன்) அமைத்திட்ட இனிய
பாதையே
இருளில் இன்பம் தரும் நித்திரை எனும் மாபோதையே
ஆம் பெரும்போதையே
சில கனவுகள் நம்மைத் தூங்க வைக்க
சில கனவுகள் நம் தூக்கத்தைக் கெடுக்க உலகமெல்லாம்
உறங்கும் வேளையிலும் நம் உள்ளம் உறங்காமல் இருப்பதே
கனவு
நனவில் இல்லா நல் வாழ்வெல்லாம் வாழ முடிந்த ஒரே இடம்
இரவில் வரும் நித்திரை (கனவு) எனும் ஓரிடம்!
கனவு காண்போம் விடியும் வரை அல்ல அக்கனவு முடியும்
வரை இல்லை இல்லை நாம் முடிக்கும் வரை!

அன்னம்.

கனவு தேசம்

அதிகாலை சொப்பனம்
கண்முன்னே காவலனாய்
நித்திரையிலும் வேண்டும்
கலையதா தேகமாய் !
நெடுநாள் தவத்தில்
இணைந்த பந்தம் !
பசுமையான வனதில்
நடுவே உறைவிடம் !
நதிகள் சீராக தவழும்
பதுமையின் பிறப்பிடம் !
முத்து பனிகள் இருவர்
கால்கள் கொஞ்சுமிடம் !
கானகுயிலின் இசையில்
மெய் மறந்த தேடல் !
மனதில் அமைதியான
ஒப்பந்தம் நீயே எல்லாம் !
மலர்கள் மலர்ந்த மனம்வீச
இருவர் மனமும் துள்ள !
இலைகளும் சேர்ந்து
காற்றோடு கதைத்தது !
கருமேகம்கள் சேர்த்து
மழை தூரிகையாக தூவ
ஒத்தையாடி பாதையில்
கையினைந்த மென்நடை !

காலநிலை மாற்றம் பெறும்
ஆனால் இருவரும் மாறமால்
முகம்பார்த்து கதைக்க வேண்டும் அனுதினமும்
தென்றலாய் !
மின் விளக்குகள் இல்லை
மின்மினியாய் நிலவொளி !
கொஞ்சும் மொழிகள் யாவும்
மௌனம் காத்தது உன்னிடம் !
காதல் ஓவியமாக வேண்டும்
உன் விழி பார்வையில் இதுபோல்
நித்தமும் பசுமையே என்
கனவு தேசத்தில் !

லெ.சங்கவி

கனவிலும் கரையாத என் கனவு

காலையில் எழுந்து
மனதில்
கனவுகளை சுமந்து
எண்ணத்தில் கனவுகளை எட்டி
கல்வியில் கனவுகளை புகுத்தி
என் கனவுக்காக
கஷ்டங்களை கரும்பாக்கி
சோதனைகளை வீழ்த்தி
தடைகளை தகர்த்து
ஓடிக்கொண்டு இருக்கிறேன்
கனவிலும் என் கனவு
கரையாத நினைவுகளாய்
தட்டி எழுப்புகின்றன
என் கனவை
தழுவி
செல்வதற்கு அல்ல...
தழுவி அணைப்பதற்க்காக...

தமிழை சுவாசிப்பவள்

     கனவுகள் கலைவதில்லை

கனவின் கேணம்

கனவுகள்
காலத்தைக் கொண்டு கணிக்கப்படுகிறது
கிடைப்பதும்
கிடப்பில் கிடத்தப்படுவதும்
கீழ்க் குரலில் அழுவதும்
கூக்குரலிட்டு மகிழ்வதும்
கனவில்
சாத்தியம்
கெடுவதும்
கேணம் கொள்வதும்
கைத்தீபமானக் கனவிலும்
கலந்துள்ளது
கொட்பு கொள்ளும் நிலையிலும்
கோட்புடனே
வாழ்ந்திட
கௌவை தன்னை கலைந்திடுவோம்
கனவுகளை
கரம் பிடிப்போம்
தீராதக் காதல்
ஒன்றை
திடமாக
தீட்டிடுவோம்

கனவுகள் கலைவதில்லை
மாறாக
காண்பிக்கப்படாமல்
உணரமுடியாமல்
உணர்த்திட முடியாமல்
நம்முள்
ஊமை
உணர்வாக
வாழ்வதை
தவிர்த்திடுவோம்!!

கவிஞர்உ. அ. சிந்து

என்னை_எழுப்ப_வேண்டாம்

இறுதியான நேரம்
இதுவாகத் தான்
இருக்கக் கூடும் !
ஆழமான கனவுக்குள்
அப்படியே கொஞ்சம்
தங்கி விட்டேன் !
இந்த மீளாக் கனவில்
யாரோ ஒருவர்
சொன்னது நினைவில்
வந்து விட்டது !
அதனால் என்
கைகளால் மெதுவாய்
பிடித்திருக்கிறேன் காற்றினை !
ஆன்மா திண்மமா
இல்லை திரவமா
என்பதில் சந்தேகம்
இப்போது இல்லை !
ஆம் ! ஆன்மாக்கள்
புகை வடிவில் தான்
இருக்கும் என்பதை
நானும் நம்பி விட்டேன் !
இனிமேல் அந்த
மேகக் கூட்டங்களோடு
ஓடி விளையாடுவேன் !
சுடுகாட்டில் எரிக்கப்பட்டால்
வேடிக்கைப் பார்ப்பவர்களின்
மத்தியில் நான் எனக்காய்
சிரித்துக் கொள்வேன் !

என்னை_எழுப்ப_வேண்டாம்

ஒருவேளை புதைக்கப்பட்டால்
அவர்களின் மத்தியில்
கண்ணீர் சிந்திக் கொள்வேன் !
எது எப்படியோ என்
உயிரற்ற உடலை பார்க்க
என் ஆன்மா பக்கத்தில்
இருக்கும் என்பது நிச்சயம் !
இன்றும் அந்த கனவு
வரும் போதெல்லாம்
அந்த ஆன்மாவை
பின் தொடர வேண்டும் !
அது செல்லும்
பாதையெல்லாம் நான்
செல்ல வேண்டும்
என்ற ஆர்வம் பெருகிவிட்டது !
தயவு செய்து யாரும்
என்னை எழுப்பாமல்
இருங்கள் நான் என்
ஆன்மாவினை ரசித்துக்
கொண்டிருக்கிறேன் !

கவிஞர் அன்புத்தமிழன்

சித்ராவின் கனவு

கலாம் ஐயாவோ கனவு
கான சொன்னார்
நானும் கனவு கண்டேன்...

தமிழ் இலக்கிய உலகில்
முனைவர் பட்டம் பெற்று
பேராசிரியராக இவ்வுலகில் நடை பயின்று
பல்துறை அறிவு கற்று

பத்திரிக்கை துறையில் தடம் பதித்து
பகலில் நான் செல்கையில்
காவலர் யாரெனும் என்னை மறித்தாள்
பத்திரிக்கையாளன் என்று கருவம் கொண்டு
நான் செல்வேன்...

மேலும் ஒன்று
புத்தக ஆசிரியராக வளர்ச்சி கொண்டு
என் உயர்வை உலகில் எங்கும் பாட...
சொர்க்கத்தில் உள்ள என் அம்மாவும்
இவள் தான் என் பிள்ளை என்று
பெருமை கொள்ள வேண்டும்....

செ.சித்திரைவடிவு

வாழ்க்கை கனவுகள்

சிந்தனைகளின் தொகுப்பே நினைவுகள்
நினைவுகளின் தொகுப்பே கனவுகள்
இப்பிரபஞ்சமே ஒரு கனவு கனவு காணுங்கள் என்றார்
அப்துல் கலாம்
நற் சிந்தனைகளின் தொகுப்பு அவரின் கனவு
நனவுக்கும் கனவுக்கும் என்ன வேறுபாடு நினைவுகளின்
நகர்வுகளே நனவு கற்பனைகளின் நகராமையே கனவு

ஆழ்மனதின் சில துளிகளே கனவுகள் அறியாமையின்
ஊற்றுக்கண்களே கனவுகள்

விதைப்பதை தான் அறுவடை செய்ய இயலும் ஆகையால்
நம் மனதில் நன் கருத்துக்களையே விதைப்போம் அதை
கனவுகளாக அறுவடை செய்வோம்

முனைவர் கோ.பா.தாட்சாயிணி

நானும் என் காதலியும்

தூக்கம் மனிதர்களுக்கு மிக முக்கியம்
தூக்கத்தில் வரும் கனவுகள் ஒரு காவியம்
என் கனவில் நான்! ரசிக்கும் காதலி ஓவியம்!
அதை பற்றி எழுதும் என் பேனா செய்தது பாக்கியம்!

என் கனவில் தோன்றியது காதலியின் முகம்!

அன்றே கல்லூரியின் கடைசி பாகம்!
என் காதலை கூற கிடைத்தது தகுந்த நேரம்!

கூறவில்லை என்றால் போய்விடுவாள் தொலைதூரம்!

சென்றேன் துடித்தேன் அவளிடம் காதலை சொல்ல
மயங்கினேன்!

பேசினால் சொல் என்று கூறினால் நானோ தவித்தேன்!

கூறாமல் திரும்பினேன் என் காதலை மறைத்தேன்!

கடைசியில் என் தூக்கத்தில் இருந்து தெளிந்தேன்!

அந்த நாளும் வந்தது மனதில் தைரியமும் வந்தது!

கனவில் நடந்தது போல் நடக்காமல் இருக்க எண்ணுகிறேன்!

சென்றேன் அவளிடம் காதலை கூற நின்றேன்!

அதற்கு மேல் சொல்லாமல் மூடிக்கிறேன்
என்றும் கனவுகள் கலைவதில்லை!

- SAI (கவிதை காதலன்)

நினைவில் கனவுகள்

நீ உதிப்பது சூரியனை போலவே பறப்பது
பட்டாம் பூச்சி போலவே
என் நினைவில் வருவது நித்தம் நித்தம்-நீ தினமும் மறைந்து
போவது ஏனோ என்று தெரியவில்லை!

உன்னுள் நானிருக்க என்னுள் நீயிருக்க ஏனோ இந்த
நினைவுகள் வந்து போகிறதே!

நீ மறைந்து கலாம்
ஆனால் என்றும் என் கனவுகள் மறைவதில்லை!

ஆசைகள் தான் கனவாக மலரும்
என் கனவில் மலரும் ஆசையோ
இயற்கையோடு இணைவது!

இயற்கை காற்றை சுவாசிக்க ஆசைதான்
அக்காற்று தூய்மையாக
இருக்க ஆசைதான்!

இரவின் நிலவிடம் பேச ஆசைதான்...
இவ் இயற்கை கூடவே
வாழ்ந்துவிட
ஆசைதான்!

என் ஆசைகளை கனவாக கண்டு
நிறைவேற்ற ஆசைதான்!!

நினைவில் வாழும் கனவுகள் என்றும்
கலைவதில்லை!!

விஜயராணி

கற்பனை கனவு

பயத்தை மறந்து பாய்ந்து ஓட வேண்டும்
இருட்டினில் கூட இயல்பாக செல்ல வேண்டும்
உயரத்திலும் ஒய்யாரமாக அமர வேண்டும்
ஊர்வனவைகள் இடத்திலான அச்சம் தவிர்க்க வேண்டும்
அள்ளி தின்றாலும் அளவாய் தோன்ற வேண்டும்
ஆசைகளெல்லாம் அனுபவித்து விட வேண்டும்
பகைமை துறந்து பாசத்தில் திகைத்திட வேண்டும்
பாகுபாடின்றி நடத்தப்பட வேண்டும்
அனைவரும் விரும்பும் அழகு வேண்டும்
சிரமத்திலும் சிரித்துக் கொண்டே இருக்கும் வரம் வேண்டும்
எதையும் சமாளிக்கும் சக்தி வேண்டும்
கனவுகள் கலையா தூக்கம் வேண்டும்
கண்ட கனவெல்லாம் நிஜமாக வேண்டும்.

-ஹரிசுதா

கனவை நினைவாக மாற்றுங்கள்

பிறந்தோம் இறந்தோம்
என்பது வாழ்க்கை அல்ல
ஏன் பிறந்தோம் என்று சிந்தித்து வாழ்வதே
வாழ்க்கை ஆகும்
மண்ணில் மலர்ப்பாதம் பதித்தவர்கள் ஒவ்வொருவரும்
ஏதோ ஒரு இலக்கை நோக்கிதான் ஓடிக்
கொண்டிருக்கிறோம்!... சூரியன் மடிந்து நட்சத்திரம்
பிரதிபலிக்கையில் வருவது கனவல்ல
கண் விழிக்கும் நேரம் முதல் கண் சொக்கும் அந்நேரம் வரை
மூச்சிலும் முயற்சியிலும் அந்த கனவு தெரிய வேண்டும்!
கனவு காணுங்கள் என்ற வாக்கியத்தை கற்பனைகளால்
மட்டுமே கட்டிடம் கட்டக்கூடாது...முயற்சியாலும் முள்
தடைகள் உடைப்பாதனாலுமே கட்ட வேண்டும் வெறும்
கட்டிடமாக அல்ல...அகிலமே அண்ணார்ந்து பார்க்கும்
ஆடமாளிகையாக!வாழுங்கள்...
எதற்கு பிறந்தோம் என்று சிந்தித்து வாழுங்கள்
காணுங்கள்....
எட்டாத உயரத்தை எப்படி தொட வேண்டும் என்று கனவால்
காணுங்கள்....
கனவு காண்போம்! முன்னேற முயற்சிப்போம்! கடல்
எல்லைத் தாண்டி பறப்போம்!

மு. மாரிச்செல்வி

ஆசையின் அளவுகோல்

வண்ணத்துப் பூச்சியிலிருந்து வண்ணங்கள்
எடுத்து புது உலகொன்று படைக்க ஆசை
அவ்வுலகில் மனிதனுக்கு வருணாசிரமம் எனும் வர்ணம்
தீட்டாமல் வாழ ஆசை கிளையாய் பிரிந்தாலும்
மரம் ஒன்றுதான் மதமாய் பிரிந்தாலும் மனிதம் ஒன்றுதான்
பிறர்கை நாடாமல் இயற்கையோடு இடைவெளி
இல்லா வாழ்க்கையை வாழவும் ஆசை பிணமாவதற்கு முன்
மனிதனை பெட்டியில் அடைத்த கணினி
வாழ்க்கையை விடுத்து அநீதிகளுக்கு எதிரான
மௌனம் உடைத்து எப்போதும் மனிதம் மண்மீது வாழட்டும்
என் ஆசைகள் எல்லாம் அப்படியே
அணையாமல் கனவாகவும் கர்வமடைந்து போனது!

மணிராஜ் .பா

பெண்மையின் கனவுகள்

ஆயிரம் உயிர்களை தாண்டி ஓர் உயிராய் உதித்தாள்
தாயின் கருவறையில் ! தவிழ்ந்து எழுந்தாள் தூரம் பறக்கவே
! மழலையாய் மலர்ந்தாள் மானிடத்தின் மகத்துவம்
அறியவே ! குப்பைகளாய் பெண்களை கிழித்துத்
தூக்கியெறிபவனை அவள் தூக்கியெறியவே ! பெண்னெப்
பிறந்ததன் பிறவிப்பயன் உணரவே பெண்னெப் பிறவி
எடுத்தாள் ! விளையாடும் வயதில் விண்வெளி செல்ல
விரைந்தெழுந்தாள் ! விழுங்கத் தெரியாத வயதில் சோற்றை
விதைப்பவனின் சேற்றைக் களைக்க ஆசைப்பட்டாள் !
தூரியாடும் வயதில் துன்பங்களைப் புதைக்கிறாள் தன்னுள்
! காற்றடைத்த பைபோல் கனவுகள் காற்றாகிச்
சுழலுகின்றன அவள் வாழ்வில் ! அழும்போது
விழுந்ததற்காக அழுததில்லை விழும்போது அழுவதை
நினைத்து வருந்தியதுமில்லை ! மாதம் மூன்றுநாள் முடியாத
வலியால் மடிந்தே போகிறாள் ! குருவிகளைப் போல் வாழ
கூடு மாற வேண்டிய நிலை பெண்ணாகப் பிறந்தால்
சொல்லவா வேண்டும் பெண்மைபடும் பாட்டை ! "அம்மா "
என்ற அழைப்பில் அகிலத்தையே அடக்கிய ஆனந்தம் !
அதிர்ச்சியில் உறைகிறாள் அடுத்த கட்டத்திற்கு வாழ்வு
அந்த மங்கையை தள்ளியபோது ! விவாதங்கள் விண்ணைப்
பிளந்தால் வீட்டின் நிம்மதி நிலைதடுமாறியது !
மணவாளனின் கடுஞ்சொல்லும் மகனின் கசப்புப்பேச்சும்
சூடு தாங்காது அனலாகக் கொதித்தன ஆற்றுப்படுத்த
ஆளின்றி ! தாயென்ற சொந்தமா? மனைவியென்ற பந்தமா?
யார் பக்கம் நிற்பதெனத் தெரியாமல் தாளாத தடுமாற்றம்
தள்ளாடும் வயதில் ! கண்கட்டி வித்தையாக கண்ணாமூச்சி
விளையாடுகிறது கவலையும் கண்ணீரும் கலையாமல்

                                          கனவுகள் கலைவதில்லை

நீளும் காரிகையின் வாழ்வில் ! வண்ணமில்லா
தூரிகையானாள் வானமில்லா தாரகையானாள்
வாய்திறவா பொம்மையாக ! விதியென்னும் சதியால்
கைபிடித்த கணவன் மறைந்தான் விரல்பிடித்த மகனோ
மறந்தான் ! புதிர்போடும் மனிதர்களோடு வாழ்வை
பின்தொடர்கிறாள் விடியலுக்கான விடைதேடியே !
ஒவ்வொரு நாளையும் ஓட்டி கண்வழியே கண்ணீரோடு
கவலைகளோடு கண்ணுறங்கி கண்விழித்து எழுகிறாள்
கனவுகள் கலைவதில்லை என்ற கணிசமான
நம்பிக்கையோடு!

கு.ஜனனி,

சிதையாக் கனவு..

பலகோடி எண்ணங்கள் குடிபுகும் –
நெஞ்சிலே ஒருசில ஆசைகள் ஆழமாகின்ற
போதிலும் அதனை அடையவே எடுக்கும் தாண்டவதில்
கைநழுவும் முத்துக்களாய் சிதறுகையிலே அந்த
வலியும் மரண நொடியினையும் சிதைத்திடுமே
மனதின் ஓரம் சேர்த்த கனவுக் கூட்டங்கள் மகுடம்
ஆகிடாதோ –
என்ற ஏக்கத்துடன் நொடிப்பொழுதினையும் புரட்சியாய் –
என்னை ஈர்த்து சிதைத்த கனவுக்
குவியல்களிடமிருது ஓர் துளிர் விட்ட பயணம்
இதன் ஆரம்பம் ஆணி வேராய் இருப்பின்
நடுவில் கோடைகாலத்தினை- எதிர்க்கும்
மனத்துடன் ஆன பார்வை..

Pathamanathan Vithusha

திருவிழா கனவு

திருவிழாக் கூட்டத்தில் அப்பாவிடம் ஆசையாய் கேட்டு வாங்கியதை பத்திரமாக வைத்திருக்கின்றேன்! இருபது சவரன் என்றதும் அம்மா தலையாட்டினாள் சொந்த வீடு என்றதும் அப்பா தலையாட்டினார்...! வங்கி பணிக்கு போகிறாள் என்றதும் வந்தவர்கள் தலையாட்டினார்கள் அப்புறம் என்ன தட்டமாத்திக்கலாம் என்றதும் சுற்றி இருந்தவர்கள் தலையாட்டினர்..! இவர்களெல்லாம் ஒரு நாள் தலையாட்டிய பாவத்திற்காக வாழ்நாள் முழுவதும் தலையாட்டிக் கொண்டிருக்கின்றேன் அன்று அப்பா வாங்கிக் கொடுத்த தலையாட்டி பொம்மை நிஜமான வாழ்வில் நின்றது கலையாத கனவாக!

கவிஞர்.அ. டோமினிக் சேகர்

பெற்றோரின் சுதந்திரம்

கடவுளின் கால்தடத்தில் உயிர் ஜனித்து கருவறையில் பூத்த
உயிர்மொட்டு! அவள் கதம்பம் மலரழகி! காந்தள்
சிரிப்பழகி! மகளான மங்கையவளின் மனக்கதவுகள்
திறந்திட சிந்தனைகள் சீறுகொண்டு சிகரத்தை தொட்டிட
மண்ணில் உழுவதுமுதல் விண்ணில் உலாவுவதுவரை
உரிமைகள் பறிக்காது உள்ளங்கையில் அகிலம் அடக்கி -
உலகாளும் திறமைகள் திடம்பெற ஆசைகள் மெய்ப்பட
கனவுகள் சிறகாகி வான்தொடும் நேரம் ஆதரிக்கும்
வழிகாட்டியே நம்பிக்கை! அதுவே பெற்றோரின் சுதந்திரம்!

மாயாதி

பெரும் கனவாகிய கனவே

கரும்பாகியத் தேனாய் ஆரம்பித்தது என் கனவு
காண்பதெல்லாம் தனக்கானதாய் எடுத்துக்கொள்ள ஆசை
கனவிலாவது எடுத்துக்கொள்ளட்டும் - காண்க! நீங்கள்
காணும் உலகை விட்டு நான் காணும் உலகிற்குச் சற்று
வாருங்கள் இங்கே மனங்கள் மனம்விட்டு பேசும்
துன்பங்கள் கலைந்து அவரவர் அவரவராக இருப்பர் தன்
வேலைக்கு ஏற்றாற்போல் ஊதியம் பெற்ற உணர்வை
உணர்வர் சகலமும் இருப்பதால் சண்டைக்கு
வேலையில்லை மனிதற்போற்றம் மனிதத்தையும்
மற்றயாவையும் மனிதமாய் மனம்கொண்டு பார்ப்பர்
பெரும் கனவாகிய கனவே வெறும் கனவாகி காணாமல்
போகாதே நிகழ்கால கற்பனையாய் என் உள்ளத்திலே நீ
இருக்கிறாய் கனவாகிய கனவே

தா. பிரபாகரன்

விழித்திரு கனவே

உன் கனவு எப்பொழுதும் விழித்திருக்கட்டும் விடியலைத்
தேடும் விழிகள் விழித்திருத்தலே நலம் - அதனால் விழித்திரு
ஒருபோதும் உறங்காதே உறங்கினால் உன்னுடன் உலகமும்
உறங்கிவிடும் எப்பொழுதும் விழித்திரு கனவே
உனக்கானதாய் இல்லாமல் உலகிற்காக விழித்திரு
விழித்திருக்க வேண்டும் கண்கள் மட்டுமல்ல கனவுகளும்
உறங்காமல் விழித்திரு உன் வெற்றிகளை நீ கொண்டாடு
உலகம் உன்னைப் போற்றும் ஏனிந்த வாழ்வென்று
வீழ்ந்துவிடாதே நீ ஏற்றிவிட காத்திருப்போர் பலர் உன்னை
ஏற்றிவிட்டதுபோல இனியும் விழித்திரு கனவே...

த. பிரபாகரன்

காலம் கை சேரும்

வானமே எல்லை என்பதை உடைத்து வானமே இல்லை என
புதிய விதி படைத்து உயரப் பறந்து செல்லும் கனவுகளின்
சிறகுகள் சில சமயம் ஓய்ந்து போகலாம் ஒருபோதும்
மாய்ந்து போவதில்லை அவை வாழ்க்கை தேடலில் நம்மை
அடையாளப்படுத்தும் உறுதி கொடுத்து உன்னதப் படுத்தும்
நாம் கண்டெடுக்கும் வெற்றிக்கனி கிள்ளை மொழி கிளிகள்
கொத்தித் திரியும் மாவின் கனிகள் அல்ல தடைகள் எனும்
துயருண்ட அக்கினிக் கனிகள் பயணத்தை தொடர்வோம்
துயரங்க துறந்து சரித்திரம் படைப்போம் தடைகளைத்
தகர்த்து இங்கு கனவுகள் கலைவதில்ல காலம் கை சேரக்
காத்திருக்கின்றன

கீர்த்தனா

பெண் குழந்தை

பெண் குழந்தை பிறந்ததை இனிப்புகளுடன் கொண்டாடும்
மானுடம்
பெண் கல்வியை மட்டும் சுதந்திரம் என எண்ணாமல்
கல்வியின் முழு தன்மையை உணரும் சமூகம்! விரும்பிய
ஆடையை அணிய பிறரை எதிர்பாரா மகளிர்! பெண் தனது
கருத்துக்களை எடுத்துரைப்பதை ஆதரிக்கும்
ஆணினம!இன வேறுபாடின்றி அனைவரையும் சமமென
மதிக்கும் மண்ணுலகம்!போன்ற நல்லோர் வாழும் உலகில்
என் தலைமுறை வாழ கண்ணிமைக்கும் நொடியில் என்
கனவுகள் வாழும்!!

ஜெயஸ்ரீ சுப்ரமணியன்

கனவு காணுங்கள்*

கனவு காணுங்கள். இளைஞர்களே! கனவு காணுங்கள்.

விண்ணில் பறக்க கனவு காணுங்கள். வாழ்வில் என்றாவது
விமானத்தில் பறக்கவாவது வாய்ப்பு கிட்டும்.

உலகை சுற்றிவர கனவு காணுங்கள். இந்தியாவை
சுற்றி வரவாவது
வாய்ப்பு கிட்டும்.

கப்பல் ஓட்ட
கனவு காணுங்கள்-சிறு
கட்டுமரம் ஓட்டவாவது வாய்ப்பு கிட்டும்.

கடலை கடக்க கனவு காணுங்கள்-சிறு
கால்வாயை கடக்கவாவது வாய்ப்பு கிட்டும்.

காடு வளர்க்க கனவு காணுங்கள்-சிறு தோட்டம்
வளர்க்கவாவது வாய்ப்பு கிட்டும்.

தங்கம் வெல்ல கனவு காணுங்கள்-சிறு வெங்கலம்
வெல்லவாவது வாய்ப்பு கிட்டும்.

பேருந்து ஓட்ட கனவு காணுங்கள்-ஒரு சிற்றூந்து ஓட்டவாவது
வாய்ப்பு கிட்டும்.

மருத்துவராக கனவு காணுங்கள்-ஒரு மருந்தாளுனர்
ஆகவாவது
வாய்ப்பு கிட்டும்.

கவரனர் ஆக கனவு காணுங்கள்-ஒரு கலெக்டர் ஆகவாவது வாய்ப்பு கிட்டும்.

பிரதமராக கனவு காணுங்கள்- ஒரு முதல்வர் ஆகவாவது வாய்ப்பு கிட்டும்.

சிகரம் தொட கனவு காணுங்கள் -சிறு குன்றேனும் தொட்டு வர வாய்ப்பு கிட்டும்.

ஹீரோவாக கனவு காணுங்கள்-சிறு காமடியன் ஆகவாவது வாய்ப்பு கிட்டும்.

கதை எழுத கனவு காணுங்கள்-சிறு கவிதை எழுதவாவது வாய்ப்பு கிட்டும்.

கனவு காணுங்கள் இளைஞர்களே கனவு காணுங்கள்!

இளைஞர்களை கனவு காணச் சொன்ன – என்றும் இளைஞர்.

***கவிஞர் ஸ்ரீ காமதேனு**

கரைத்தொடும் கனவே

வானத்தில் எத்தனை கருமுகிழோ !
மனதிற்குள் அத்தனை
கனவுகளே !

கருமுகிழும் தென்றல் பட்டு கலைந்திடுமே !
என் கனவுகள் ஒருபோதும் கலையாதே !

மின்மினிப்பூச்சியைப் போலவே !
என் வாழ்க்கையும் மின்னிட ஆசேயே !

பட்டாம்பூச்சியைப் போலவே கவலைகள் மறந்து
பறந்திடவே !

பட்டம் பெற்று நானும் அதனுடன் உயர்ந்துப் பறந்திடவே !

துன்பத்திலும் கண்ணீர் விடாத என் தந்தைக்கு ஆனந்த
கண்ணீர் வழிந்திடவே !

பொறுமைக்கடலில் மூழ்கி முத்தெடுத்த என் அன்னை
பெருமைக்கடலிலும் மூழ்கி முத்தெடுத்திடவே!

மழையைக் கண்டு ஆடும் மனமே உன் கனவை அடைய ஓடு
தினமே !

கலையாத கனவுடனே என் வாழ்க்கை கரையை
அடைந்திடுவேனே !

–ச.ஜீவதர்ஷினி

www.ingramcontent.com/pod-product-compliance
Lightning Source LLC
Chambersburg PA
CBHW021012160726
47994CB00006B/2483